TAPSI
ਤਾਪਸੀ

SHABDLOK

ਤਾਪਸੀ

ਕਵਿਤਾਵਾਂ

ਜਗਜੀਤ ਸੰਧੂ

TAPSI
Feminist Poetry

Poems by
Jagjit Sandhu

Copy Rights: Author

2024

#1-212 Kelsey Boulevard,
Churchill, MB. R0B 0E0
Canada.
jagjitsandhu72@hotmail.com

Cover Painting and Design: Swarnjit Savi

Published by : SHABDLOK PUBLICATIONS

Ludhiana Punjab India

Shabdlok.com

shabdlokpublications@gmail.com

ਉਸ ਲਈ

ਜੋ ਮੈਂ ਖ਼ੁਆਬ ਦੇ ਸਿਆਣ ਦਾਇਰਿਆਂ ਵਿਚ ਇਸ ਤਰ੍ਹਾਂ ਆਵੇ
ਜਿਵੇਂ ਸਾਗਰ ਤਟ ਘਰੌਂਦੇ ਵਲ ਇੱਕ ਪੌਣ ਆਉਂਦੀ ਹੈ

ਜੋ ਰੌਣਕ ਭੁੱਖ ਨਹੀਂ ਦਿੰਦੀ ਉਹ ਪੂਰੀ ਤੁੱਤ ਦੇ ਵਰ੍ਹੇ
ਮੈਂ ਤੋਂ ਦਰਦ ਸਿਸ ਰੱਖਿਆ ਹੈ, ਇਹ ਸਮਝਦੇ ਆਉਂਦੀ ਹੈ

ਮੇਰੇ ਲਈ ਨਾਰੀਮੁਖੀ ਕਵਿਤਾ ਲਿਖਣ ਤੋਂ ਵਧੀਆ ਕਥਾਰਸਿਸ ਕੋਈ ਨਹੀਂ..

-ਕੁਝ ਔਰਤ ਦੋਸਤਾਂ ਨੇ ਕਿਹਾ, "ਜ਼ਾਹਿਰ ਹੈ ਕਿ ਤੁਸੀਂ ਮਰਦ ਹੁੰਦਿਆਂ ਔਰਤ ਮਨ ਦੇ ਤਰਜਮਾਨ ਨਹੀਂ ਹੋ ਸਕਦੇ।"

-ਮਰਦ ਦੋਸਤਾਂ ਤਨਜ਼ ਕੀਤੀ, "ਏਸ ਤਰ੍ਹਾਂ ਦੀ ਕਵਿਤਾ ਪਿੱਛੇ ਤੇਰਾ ਮਨੋਰਥ ਕੀ ਹੈ ? ਮਿਡਲਾਈਫ਼ ਕਰਾਈਸਿਸ ? ਤੇਰਾ ਮੈਚੋ ਮਰ ਰਿਹਾ ਜਾਪਦਾ, ਠਰਕੀ?"

❖ ਇਹੋ ਜਿਹੇ ਸੁਆਲਾਂ-ਸੰਸਿਆਂ 'ਚ ਘਿਰਿਆ, ਹੁਣ ਤੱਕ ਮੈਂ ਆਪਣੇ ਅੰਦਰ ਇੱਕ ਸਹਿਮਿਆ ਹੋਇਆ ਨਾਰੀਤਵ ਲੈ ਕੇ ਤੁਰਿਆ ਫਿਰਦਾ ਰਿਹਾ ਹਾਂ। ਪਿਤਰਕੀ ਸਮਾਜ ਅਤੇ ਔਰਤਵ ਤੋਂ ਵਿਰਵਾਪਨ ਮੇਰੇ ਦੋ ਵੱਡੇ ਸਹਿਮ ਸਨ। ਪਰ ਕੀ ਨਾਰੀਤਵ ਦੇ ਅਹਿਸਾਸ ਵਾਲ਼ੀ ਕਵਿਤਾ ਲਿਖਣ ਦਾ ਮੇਰੇ ਮਰਦ ਹੋਣ ਨਾਲ਼ ਕੋਈ ਵਾਸਤਾ ਹੈ ਵੀ ਕਿ ਨਹੀਂ। ਜੇ ਹੈ ਤਾਂ ਕਿੰਨਾਂ?

❖ ਹੁਣ ਜੇ ਕਵਿਤਾ ਉਹ ਅਨੁਭਵ ਹੈ ਜੋ ਕੀਤਾ ਗਿਆ ਪਰ ਕਿਹਾ ਨਹੀਂ ਜਾ ਸਕਿਆ ਤਾਂ ਵੀ ਅਤੇ ਜੇ ਕਵਿਤਾ ਉਹ ਅਨੁਭਵ ਹੈ ਜੋ ਕਿਹਾ ਗਿਆ ਪਰ ਕੀਤਾ ਨਹੀਂ ਗਿਆ ਤਾਂ ਵੀ, ਨਾਰੀਵਾਦੀ ਕਵਿਤਾ ਮੇਰੇ ਲਈ ਰੁਚੀ ਜਾਂ ਕਸਬ ਦੇ ਨਾਲ਼ ਨਾਲ਼ ਅਣਚੁਕਾਇਆ ਰਿਣ ਵੀ ਹੈ। ਕਾਰਨ ਇਹ ਕਿ ਮੈਂ ਮਨੁੱਖੀ ਪ੍ਰਜਾਤੀ ਦੇ ਉਸ ਜਰਵਾਣੇ ਖੇਮੇ 'ਚੋਂ ਹਾਂ ਜਿਸਨੇ ਪਿਛਲੇ ਯੁਗਾਂ ਦੌਰਾਨ ਬੜੇ ਯਤਨ ਅਤੇ ਕਪਟ ਨਾਲ਼ ਨਾਰੀ ਤੋਂ ਉਸਦਾ ਕੁਦਰਤੀ ਵਿਚਰਣ, ਆਚਰਣ ਅਤੇ ਬੇਬਾਕ ਬਿਆਨੀਆ ਖੋਹਿਆ ਹੈ। ਪਤਾ ਨਹੀਂ ਕੀ ਵੇਲ਼ਾ ਸੀ ਜਦੋਂ ਮੈਨੂੰ ਮੇਰੇ ਅੰਦਰ ਗਾਹੇ-ਬ-ਗਾਹੇ ਜਾਗਦੀ ਔਰਤਨੁਮਾ ਸੰਵੇਦਨਾ ਜਾਂ ਫਿਰ ਸ਼ਾਇਦ ਅੰਸ਼ਕ ਔਰਤ ਦੀ ਹੀ ਨਿਰਖ ਹੋਣ ਲੱਗੀ *(ਵੇਖੋ! ਮੈਥੋਂ ਖਿਣ ਭਰ ਲਈ ਵੀ ਆਪਣੇ ਔਰਤ ਹੋਣ ਦਾ ਅੰਦੇਸ਼ਾ ਤੱਕ ਤਸਲੀਮ ਨਹੀਂ ਹੋ ਰਿਹਾ)*। ਮੇਰਾ ਪ੍ਰਤੱਖ ਵਿਹਾਰ ਨਾਰੀਵਾਦੀ ਸ਼ਾਇਦ

ਨਾ ਹੋਵੇ। ਬੜੀ ਸਹੂਲਤ ਨਾਲ਼ ਮੈਂ ਇਹ ਦੋਸ਼ ਪਿਤਰਕੀ ਨੂੰ ਦਿੰਦਾ ਹਾਂ। ਖੈਰ ਇਸ ਤੋਂ ਬਿਨਾਂ ਕੋਈ ਕਾਰਨ ਹੈ ਵੀ ਨਹੀਂ ਜੋ ਮੈਨੂੰ ਪਤਾ ਹੋਵੇ।

❖ ਔਰਤ ਦੋਸਤਾਂ ਦੀ ਟਿੱਪਣੀ ਅਨੁਸਾਰ ਹੋ ਸਕਦਾ ਹੈ ਮੇਰੇ ਔਰਤ 'ਬਾਰੇ' ਕਹਿਣ ਵਿੱਚ ਊਣ ਰਹੇ, ਪਰ ਕਵਿਤਾ ਰਾਹੀਂ ਔਰਤ 'ਨੂੰ' ਪੂਰਾ ਹੀ ਬੋਲਾਂਗਾ। ਇਹ ਕਵਿਤਾਵਾਂ ਏਸੇ ਕੋਸ਼ਿਸ਼ ਦਾ ਹਿੱਸਾ ਹਨ। ਮੇਰਾ ਵਿਸ਼ਵਾਸ ਹੈ ਕਿ ਮਨੁੱਖ ਪ੍ਰਜਾਤੀ ਦੇ ਸਮੁੱਚੇ ਗ਼ੈਰ ਮਰਦ ਭਾਗ ਦੀ ਪੀੜ ਅਤੇ ਪ੍ਰਾਪਤੀ ਦੇ ਬਾਬਤ ਕੁਝ ਕਹਿਣ ਦੀ ਜ਼ਿੰਮੇਵਾਰੀ ਮੇਰੇ ਅਨੁਭਵ ਅਤੇ ਅਧਿਐਨ ਤੋਂ ਵੱਡੀ ਹੈ। ਏਸ ਕਾਵਿ ਪੁਸਤਕ 'ਚ ਮੈਂ ਕਹਿਣ ਤੋਂ ਪਹਿਲਾਂ ਔਰਤ ਨੂੰ ਓਵੇਂ ਸੁਣਨਾ ਚਾਹਿਆ ਹੈ ਜਿਵੇਂ ਉਹ ਕਹਿਣਾ ਚਾਹੁੰਦੀ ਹੈ। ਪੰਜਾਬੀ ਕਵਿਤਾ 'ਚ ਔਰਤ ਬਾਰੇ ਅਜੇ ਵੀ ਆਮ, ਲਕੀਰੀ, ਇਕਦਿਸ਼ਾਈ ਅਤਿ ਸਧਾਰਨ ਧਾਰਨਾਵਾਂ ਨੂੰ ਆਧਾਰ ਮੰਨ ਕੇ ਗੱਲਬਾਤ ਹੁੰਦੀ ਹੈ। ਸਾਡੇ ਬੁੱਧੀਜੀਵੀ ਵਰਗ ਨੇ ਤਾਂ ਆਮ ਚਿੰਤਨ ਦੀ ਵੰਨਗੀ ਲਈ ਵੀ ਦਿਮਾਗ ਦੇ ਬੂਹੇ ਚਿਰੋਕਣੇ ਢੋ ਰੱਖੇ ਹਨ।

❖ ਕਿਸੇ ਵੀ ਜੈਂਡਰ ਅੰਦਰ ਕੁਝ ਚੁਣੌਤੀਆਂ, ਗੁਣ ਜਾਂ ਤਰਜੀਹਾਂ ਤਾਂ ਬੇਸ਼ੱਕ ਸਾਂਝੀਆਂ ਹੁੰਦੀਆਂ ਹਨ। ਪਰ ਫਿਰ ਇਹ ਇਸ ਕਵਿਤਾ ਦਾ ਮੁੱਖ ਵਿਸ਼ਾ ਨਹੀਂ ਅਤੇ ਨਾ ਹੀ ਖੋਜ ਦਾ, ਹਾਂ ਮੰਡੀ ਦਾ ਵਿਸ਼ਾ ਜ਼ਰੂਰ ਹਨ। ਨਿਰੇ ਆਪਣੇ ਤਜਰਬੇ 'ਚੋਂ ਕਹਿਣਾ ਹੋਵੇ ਤਾਂ ਇਹ ਨਹੀਂ ਕਿ ਅਜੋਕੀ ਔਰਤ ਗੁੱਸੇ 'ਚ ਹੀ ਹੈ: ਪਿਆਰ 'ਚ ਵੀ ਹੈ, ਪਰ ਨਿਰਾਸ਼ ਹੈ। ਪਿਆਰ ਪ੍ਰਤੀ ਉਸਦੀ ਪਹੁੰਚ ਮਰਦ ਤੋਂ ਵੱਧ ਸੰਵੇਦਨ ਅਤੇ ਸੰਜੀਦਾ ਤਾਂ ਹੈ ਹੀ, ਸੰਗੀਨ ਵੀ ਹੈ। ਸਿਰਫ਼ ਮਰਦ ਨਾਲ ਹੀ ਨਹੀਂ ਔਰਤ ਨਾਲ਼ ਵੀ, ਟ੍ਰਾਂਸਜੈਂਡਰ ਨਾਲ਼ ਵੀ ਸਵੈ ਨਾਲ਼ ਵੀ। ਭਾਵੇਂ ਔਰਤ ਸਹਿਮ ਅੰਦਰ ਹੈ ਪਰ ਹੁਣ ਉਹ ਵੇਖੇ ਜਾਣਾ ਚਾਹੁੰਦੀ ਹੈ: ਹਾਂ, ਪਰਖੇ ਜਾਣਾ ਕਤਈ ਨਹੀਂ। ਅਗਨੀ ਪ੍ਰੀਖਿਆਵਾਂ ਦੇ ਚਲਦੇ ਉਹ ਹੁਣ ਤੱਕ ਇਕੱਲੀ ਕਵਿਤਾਵਾਂ ਲਿਖਦੀ ਰਹੀ ਹੈ ਅਤੇ ਮਰਦ ਝੁੰਡ ਵਿੱਚ। ਝੁੰਡ ਮਰਦ ਦੀ ਸਹੂਲਤ ਹੈ ਅਤੇ ਅਸਾਨੀ ਨਾਲ਼ ਮਿਲ ਵੀ ਜਾਂਦੀ ਹੈ। ਮੈਂ ਉਸ ਔਰਤ ਦੀ ਗੱਲ ਕਰ ਰਿਹਾਂ ਜੋ

ਅੰਮ੍ਰਿਤਾ ਜਾਂ ਦਲੀਪ ਕੌਰ ਸਿਰਫ਼ ਏਸ ਕਰਕੇ ਨਹੀਂ ਬਣ ਸਕੀ ਕਿਉਂਕਿ ਉਹ ਇੱਕ ਔਰਤ ਹੈ। ਅੰਤਰਮੁਖੀ ਹੈ ਅਤੇ ਸਹਿਮੀ ਹੋਈ ਵੀ।

❖ ਕਵਿਤਾ ਦੀ ਕੋਈ ਵੀ ਲੈਂਡਸਕੇਪ ਔਰਤ ਤੋਂ ਬਿਨਾਂ ਪੂਰੀ ਨਹੀਂ। ਚੇਤੇ ਰਹੇ, ਬਹੁਤੀ ਕਵਿਤਾ ਅਣਦਿਸਦੀ ਹੀ ਹੁੰਦੀ ਹੈ। ਹਰ ਜੀਵ ਦੇ ਦੁਆਲ਼ੇ ਬਖਤਰ ਜਿਹਾ ਕੁਝ ਹੈ ਜੋ ਉਸਨੂੰ ਵਿਖੇ ਜਾਂ ਨਾ, ਮੈਨੂੰ ਵਿਖਦਾ ਹੈ। ਉਹ ਕੁੱਖ ਹੀ ਹੈ। ਹਰ ਖਲਾਅ ਨੂੰ ਗਹੁ ਨਾਲ਼ ਵੇਖਣਾ ਪੈਂਦਾ ਹੈ। ਔਰਤ ਬਾਰੇ ਫ਼ਿਕਰ ਦੁਖਦਾਈ ਵੀ ਹੈ, ਦਿਲਚਸਪ ਵੀ ਹੈ ਅਤੇ ਜ਼ਰੂਰੀ ਵੀ। ਇਸ ਲਈ ਸਿਰਫ਼ ਫ਼ਿਕਰ ਕਰਨਾ ਹੀ ਨਹੀਂ, ਸਾਨੂੰ ਇਸ ਫ਼ਿਕਰ ਬਾਰੇ ਬੋਲਣਾ ਵੀ ਚਾਹੀਦਾ ਹੈ, ਔਰਤ ਨੂੰ ਇਸ ਬਾਰੇ ਕੁਝ ਕਰਨਾ ਵੀ ਚਾਹੀਦਾ ਹੈ, ਸਮਾਜ ਨੂੰ ਉਸਦੇ ਨਾਲ਼ ਖਲੋਣਾ ਚਾਹੀਦਾ ਵੀ ਹੈ ਅਤੇ ਸ਼ਾਵਨਵਾਦੀਆਂ ਨੂੰ ਇਹ ਸਭ ਸਹਿਣ ਦਾ ਬਲ ਜੁਟਾਉਣਾ ਚਾਹੀਦਾ ਹੈ। ਤੁਹਾਡੇ 46 ਕ੍ਰੋਮੋਜ਼ੋਮਜ਼ 'ਚੋਂ ਸਿਰਫ਼ ਇੱਕ ਔਰਤ ਤੋਂ ਵੱਖ ਹੈ। ਫੇਰ ਵੀ ਏਨਾ ਹੰਕਾਰ ਕਿਵੇਂ, ਕਿਓਂ, ਕਿੱਥੋਂ ..।
ਸਾਨੂੰ ਸੋਚਣਾ ਚਾਹੀਦਾ ਹੈ, ਤੇ ਡੌਰ-ਭੌਰ ਹੋ ਕੇ।

❖ ਇਹ ਮੇਰਾ ਯਕੀਨ ਹੈ ਕਿ ਹਰ ਕਵਿਤਾ ਆਪਣੀ ਸੁਰ ਆਪ ਹੀ ਲੈ ਕੇ ਆਉਂਦੀ ਹੈ। ਇਹ ਅਸੀਂ ਹਾਂ ਜੋ "ਗ਼ਾਲਿਬ ਕੇ ਅੰਦਾਜ਼ੇ ਬਯਾਂ ਔਰ" ਦੇ ਚੱਕਰ 'ਚ ਅਕਸਰ ਬੇਲੋੜਾ ਅਤੇ ਕਦੇ ਕਦਾਈਂ ਬੇਹੂਦਾ ਦਖਲ ਵੀ ਦਿੰਦੇ ਹਾਂ। ਅਸੀਂ ਕਵਿਤਾ ਨੂੰ ਵਿਅਕਤੀਤਵ ਦੇਣ ਦੀ ਕੋਸ਼ਿਸ਼ ਕਰਦੇ ਹਾਂ, ਉਹ ਵੀ ਆਪਣਾ।ਮੈਂ ਨਹੀਂ ਕਹਿੰਦਾ ਕਵੀ ਕਿਸੇ ਜਜ਼ਬਾਤੀ ਰੋਬੋਟ ਵਾਂਗ ਕੰਮ ਕਰੇ ਜਾਂ ਉਸਦਾ ਮੁਹਾਵਰਾ ਨਾ ਹੋਵੇ। ਪਰ ਇਹ ਮੁਹਾਵਰਾ ਕਵਿਤਾਮੁਖੀ ਰਹੇ, ਮੁਹਰ ਨਾ ਬਣੇ ਜੋ ਲੱਗਣੀ ਹੀ ਲੱਗਣੀ ਹੁੰਦੀ ਹੈ। ਮੇਰੀ ਕਵਿਤਾ ਕਦੇ ਉਸ ਸੁਰ 'ਚ ਅੱਗੇ ਨਹੀਂ ਤੁਰਦੀ ਜੋ ਮੈਂ ਉਸਨੂੰ ਦੇਣਾ ਚਾਹੁੰਦਾ ਹਾਂ ਬਲਕਿ ਉਸ ਸੁਰ ਦੇ ਉਸ ਅੰਦਾਜ਼ੇ ਨਾਲ਼ ਜੋ ਉਸ ਭਾਵ, ਮਿਸਰੇ, ਬਿੰਬ ਜਾਂ ਪ੍ਰਤੀਕ ਦਾ ਹੋਣਾ ਚਾਹੀਦਾ ਹੈ। ਏਸ ਭਰੋਸੇ ਸ਼ਾਇਦ ਮੈਂ ਇਸ ਨਾਰੀਮੁਖੀ ਕਵਿਤਾ ਨੂੰ ਆਪਣੀ ਵਿਵੇਕਹੀਣ "ਮੈਂ" ਤੋਂ ਬਚਾ ਸਕਿਆ ਹਾਂ।

- ਐਲ ਪਰਡੀ ਆਪਣੀ ਕਵਿਤਾ "The Dead Poet" 'ਚ ਕਵੀ ਦੀ ਆਵਾਜ਼ ਦੇ ਸਰੋਤਾਂ ਬਾਰੇ ਅੰਦਾਜ਼ੇ ਲਾਉਂਦਾ ਹੈ।
  "ਮੈਂ ਆਪ ਆਪਣੇ-ਆਪ ਨੂੰ ਕਿਵੇਂ ਦੱਸਾਂ ਕਿ ਇਹ ਗੀਤ ਕਿੱਥੋਂ ਆਉਂਦੇ ਨੇ।"
  ਐਲ ਨੂੰ ਇਸਦਾ ਜੁਆਬ ਖੁਦ ਨੂੰ ਦੇਣਾ ਵੀ ਮੁਸ਼ਕਲ ਲੱਗਦਾ ਹੈ। ਮੇਰੇ ਲਈਵੀ ਔਖਾ ਹੈ। ਉਹ ਵੀ ਹੋਰਾਂ ਨੂੰ। ਹੁਣ ਇਹ ਕਵਿਤਾ ਦਾ ਵਿਸ਼ਾ ਨਹੀਂ ਅਤੇ ਨਾ ਹੀ ਮੰਡੀ ਦਾ। ਹਾਂ, ਇਹ ਖੋਜ ਦਾ ਵਿਸ਼ਾ ਜ਼ਰੂਰ ਹੈ। ਮੈਂ ਇਸ ਮੋਨੋਲੌਗ ਤੋਂ ਖਹਿੜਾ ਛੁਡਾਉਣ ਲਈ ਔਰਤਾਂ ਪ੍ਰਤੀ ਆਪਣੇ ਸਨੇਹ ਨੂੰ ਮੂਹਰੇ ਕਰਦਾ ਹਾਂ ਅਤੇ ਖੋਜੀਆਂ ਸੰਸਥਾਵਾਂ ਨੂੰ ਇਸ ਸੁਆਲ ਮੂਹਰੇ। ਕਾਸ਼! ਏਸ ਤਰ੍ਹਾਂ ਖਹਿੜੇ ਛੁੱਟ ਸਕਦੇ।
- ਮੈਂ ਬੱਸ ਇਹੋ ਚਾਹਿਆ ਹੈ ਕਿ ਮੈਂ ਲਿਖਾਂ ਜੋ ਪਹਿਲਾਂ ਮੈਨੂੰ ਚੰਗਾ ਲੱਗੇ; ਫਿਰ ਬੇਸ਼ੱਕ, ਤੁਹਾਨੂੰ ਵੀ। ਸਮਾਜ ਸੁਧਾਰਨਾ ਇੱਕ ਬੰਦੇ ਦੇ ਵਿੱਤ- ਵੱਸ ਨਹੀਂ ਹੁੰਦਾ। ਮੇਰਾ ਤਾਂ ਇਹ ਕਦੇ ਟੀਚਾ ਵੀ ਨਹੀਂ ਰਿਹਾ। ਮੈਂ ਠੀਕ ਜਿਓਣ ਦੀ, ਇਮਾਨਦਾਰੀ ਨਾਲ਼ ਆਪਣਾ ਕੰਮ ਕਰਨ ਦੀ ਅਤੇ ਕਿਸੇ ਨੂੰ ਦੁਖੀ ਨਾ ਕਰਨ ਦੀ ਕੋਸ਼ਿਸ਼ ਕਰਦਾ ਹਾਂ। ਇਹਨਾਂ ਸਾਰੇ ਕੰਮਾਂ 'ਚੋਂ ਇੱਕ-ਅੱਧ 'ਚ ਮੈਥੋਂ ਅਕਸਰ ਉੱਕ ਵੀ ਹੋ ਜਾਂਦੀ ਹੈ। ਦੋਸਤ ਕਹਿੰਦੇ ਹਨ ਪਰ ਮੈਂ ਸਰਵਉੱਤਮਤਾ 'ਚ ਯਕੀਨ ਨਹੀਂ ਰੱਖਦਾ ਸਗੋਂ ਆਪਣੀਆਂ ਨਿੱਕੀਆਂ-ਨਿੱਕੀਆਂ ਊਣਤਾਈਆਂ ਦੇ ਮੋਹ 'ਚ ਰਹਿਣ ਵਾਲ਼ਾ ਇਨਸਾਨ ਹਾਂ।
- ਇਹ ਪਹਿਲੀ ਪੁਸਤਕ ਹੈ ਜੋ ਮੈਂ ਮਿਥ ਕੇ ਇਕ ਵਿਸ਼ਾ-ਵੰਨਗੀ ਨੂੰ ਸਾਹਮਣੇ ਰੱਖ ਕੇ ਲਿਖੀ ਹੈ। ਔਰਤ ਦੇ ਪਿਆਰ, ਦਰਦ, ਬਲ, ਸ਼ੋਸ਼ਣ, ਉਪਹਾਸ ਅਤੇ ਉਸ 'ਚੋਂ ਉਪਜੇ ਉਸਦੇ ਸੰਘਰਸ਼ ਅਤੇ ਹੋਈ ਉਪਲਬਧੀ ਨੂੰ ਸਮਰਪਿਤ ਕੀਤੀ ਹੈ। ਪਤਾ ਨਹੀਂ ਕਿਓਂ? ਪਰ ਮੈਨੂੰ ਇਹ ਨਹੀਂ ਲਗਦਾ ਕਿ ਔਰਤ ਦੇ ਸ਼ੋਸ਼ਣ ਦਾ ਇੱਕ ਦਿਨ ਅੰਤ ਹੋ ਜਾਵੇਗਾ। ਉਹ ਏਨੀ ਹੈ ਕਿ ਉਸਦਾ ਆਪਣਾ ਅੰਤ ਉਸਦੇ ਉਹਲੇ ਹੋਇਆ ਰਹਿੰਦਾ ਹੈ, ਜੰਗਲ਼ ਦੇ ਓਸ ਪਾਰ ਵਾਂਗ। ਏਸੇ ਕਰਕੇ ਉਹ ਥੁੜਦੀ ਨਹੀਂ ਸਿੱਧਾ

ਮੁੱਕਦੀ ਹੈ। ਪਰ ਸ਼ੋਸ਼ਣ ਸਦਾ ਰਹਿੰਦਾ ਹੈ। ਕਦੇ ਕਦੇ ਤਾਂ ਮੁੱਕੀ ਹੋਈ ਦਾ ਵੀ।

- ਜੇ ਮੇਰੀ ਦ੍ਰਿਸ਼ਟੀ ਪਿਤਰਕੀ ਦੀਆਂ ਮੋਰੀਆਂ ਜਿੰਨੀ ਹੀ ਹੈ। ਮੈਂ ਔਰਤ ਨੂੰ ਪੂਰੀ ਕਿਵੇਂ ਵੇਖ ਸਕਦਾ ਹਾਂ। ਜਿੰਨੀ ਦੇਰ ਮੈਂ ਉਸਨੂੰ ਪੂਰੀ ਨਹੀਂ ਵੇਖ ਸਕਦਾ ਓਨੀ ਦੇਰ ਮੈਨੂੰ ਉਹਦੀਆਂ ਮਿਨਤੀਆਂ ਕਰਨ ਦਾ ਵੀ ਕੋਈ ਹੱਕ ਨਹੀਂ।
- ਇਹ ਪੁਸਤਕ ਉਸਦੀਆਂ ਮਿਣਤੀਆਂ ਨਹੀਂ ਉਸਤਤੀਆਂ ਬਾਰੇ ਹੈ: ਨਾਰੀ-ਸਤੋਤਰ।

ਘਾਹ, ਚਿੜੀਆਂ , ਬਾਲ, ਬਿਰਧ

"ਮੈਨੂੰ ਕਮਜ਼ੋਰ ਚੀਜ਼ਾਂ ਪਸੰਦ ਹਨ।"

ਉਹ ਸੁਰਖ ਨੀਵੀਂ ਚੁੱਕਦੀ ਹੈ।
"ਜਿਵੇਂ-
ਘਾਹ, ਚਿੜੀਆਂ, ਬਾਲ, ਬਿਰਧ"
ਹੱਥਾਂ ਦੀ ਕੰਘੜੀ ਘੁੱਟਦੀ ਹੈ

-ਕੀ ਹੋਇਆ, ਕੁਝ ਮੈਂ ਕੀਤਾ?

"ਨਹੀਂ-
ਪਰ ਤੂੰ ਕੁਝ ਕਰ
ਆਵਾਜ਼ ਬਰੀਕ
ਦਿਲ ਨਰਮ
ਅੱਖਾਂ ਨੀਵੀਂਆਂ।
ਤੂੰ ਰਤਾ ਔਰਤ ਹੋ,
ਆਵਦੇ ਸੁਪਨਿਆਂ ਦੀ।"

ਰਿਸ਼ਟ ਪੁਸ਼ਟ ਅਤੇ ਖੁਸ਼

ਉਹ ਬੇਫ਼ਿਕਰ ਹੋ
ਬਹਿ ਜਾਂਦੀਆਂ ਹਨ
ਇਸ ਬੰਦਰਗਾਹੀ ਪੱਬ ਵਿੱਚ

ਫਿਰ ਹੱਸ ਹੱਸ ਹੁੰਦੈ ਹਿਸਾਬ ਕਿਤਾਬ
ਕੌਣ ਕੌਣ ਸੁੱਤੀ ਕਿਸ ਕਿਸ ਨਾਲ਼

ਸਮਾਜ-ਵਿਗਿਆਨ ਹੈਰਾਨ ਹੁੰਦੈ
ਸਮਾਜ ਫਿਕਰਮੰਦ

ਕੋਈ ਚੀਕਦੀ ਹੈ:
"&@$ਸਮਾਜ ਬਿਮਾਰ ਹੈ &@$"

ਹੁਣ ਸਮਾਜ ਹੈਰਾਨ ਹੁੰਦੈ
ਤੇ ਸਮਾਜ-ਵਿਗਿਆਨ ਫਿਕਰਮੰਦ

ਉਹ ਸਾਥੀ ਲਭਦੀਆਂ ਹਨ
ਸਮਾਜ-ਵਿਗਿਆਨ: ਇਸ ਸੌਣ ਦਾ ਪੈਟਰਨ ਲਭਦੈ
ਸਮਾਜ: ਮੂੰਹ ਲਕੋਣ ਦੀ ਥਾਂ

ਸਮਾਜ
-ਬਹੁਤ ਦੁਖੀ ਹੈ
-ਬਹੁਤ ਬਿਮਾਰ ਹੈ
-ਬੱਸ ਜਿਵੇਂ ਛਿਣ ਦਾ ਪ੍ਰਾਹੁਣਾ
ਧਰਮ ਉਸ ਲਈ ਯੱਗ ਕਰ ਰਹੇ ਹਨ
ਫੌਜਾਂ ਉਸ ਲਈ ਯੁੱਧ ਕਰ ਰਹੀਆਂ ਹਨ
ਪਰ ਉਹ ਹੁਣ ਸੌਂ ਰਹੀਆਂ ਹਨ
ਰਿਸ਼ਟ ਪੁਸ਼ਟ ਅਤੇ ਖੁਸ਼

ਟਰੌਪੀਕਲ

ਸਿਰਫ਼ ਸਟਿੱਕਰ ਨਾਂ ਪੜ੍ਹੋ!
ਮਰਤਬਾਨਾਂ 'ਚ ਉਹਦੀਆਂ ਭਾਵਨਾਵਾਂ ਨੇ

ਜੇ ਤੁਸੀਂ ਉਸਨੂੰ ਪਿਆਰ ਕਰਦੇ ਓ
ਸਿਰਫ ਫੁਲਵਾੜੀਆਂ ਹੀ ਨਹੀਂ ਉਸਦੇ ਜੰਗਲ਼ ਵੀ ਵੇਖੋ
ਉੱਤੋਂ ਭਰਪੂਰ ਹਰੇ, ਵਿੱਚੋਂ ਭਿਆਨਕ ਵੀ
ਜੇ ਡਰ ਆਵੇ ਤਾਂ ਦਲੇਰੀ ਦੇ ਪਖੰਡ ਨਾ ਕਰੋ
ਡਰ ਜਾਓ!

ਉਸਦੇ ਬੀਆਬਾਨਾਂ ਨਾਲ਼ ਖਾਮੋਸ਼ ਹੋਵੋ
ਤਾਂ ਹੀ ਮਿਲ਼ ਸਕਣਗੇ ਤੁਹਾਨੂੰ
ਉਸਦੀਆਂ ਸਿੱਲ੍ਹੀਆਂ ਗਰਮ ਰਾਤਾਂ ਦੇ ਜੁਗਨੂੰ
ਜੇ ਉਹ ਆਖੇ ਮੈਂ ਥੱਕ ਹੋ ਗਈ ਹਾਂ
ਉਸ ਨਾਲ਼ ਘਰ ਜਾਓ

ਤੁਹਾਡੇ ਏਥੇ ਹੋਣ ਨਾਲ਼ ਵੀ ਕੀ ਫਰਕ ਪੈ ਰਿਹੈ
ਔਝੜ ਪਲਾਂ 'ਚ ਕੋਲ਼ ਦੀ ਲੰਘਦੇ ਹੋਏ
ਘੜੀ ਮੁੜੀ ਰੁਕੋ ਅਤੇ ਉਹਦੀ
ਬੁੱਕਲ਼ 'ਚ ਮਰ ਜਾਓ

ਕਿਵੇਂ ਉਹ ਬਲ਼ਦੀ ਹੈ, ਗਜਦੀ ਹੈ, ਲਿਸ਼ਕਦੀ ਹੈ
ਖੁੱਲ੍ਹੀਆਂ ਅੱਖਾਂ ਨਾਲ਼ ਵੇਖੋ, ਮੂੰਹ ਬੰਦ ਕਰਕੇ

ਤਾਪਸੀ

ਰਿਸ਼ੀ ਕਿਵੇਂ ਤਾਪ ਨੂੰ ਤਪ ਕਰ ਲੈਂਦੇ ਹਨ, ਉਹ ਜਾਣਦੀ ਹੈ
ਨਹੀਂ ਤਾਂ ਅਾਂਏਂ ਕਿਵੇਂ ਕੋਈ ਗੋਡੇ 'ਤੇ ਠੋਡੀ ਧਰ ਸਕਦੈ
ਦਹਾਕਿਆਂ ਬੱਧੀ

ਬਿਨ ਜਟਾਂਓਂ, ਬਿਨ ਖੜਾਂਓਂ,
ਰੇਸ਼ਮ ਕੇਸਰਾਸ਼ੀ, ਹੀਲ ਦੀ ਟਿਪ ਟਿਪ
ਨਾਜ਼ੁਕ ਪਰੀ-ਮੁਖ, ਇਕ ਦਮ ਦੁਖਣ ਲੱਗ ਪੈਂਦੀ ਹੈ
ਤਪ ਹੋ ਰਿਹੈ ਤੇ ਤਾਪਸੀ ਬੇਖ਼ਬਰ

ਮੇਰੇ ਮੁੜਨ ਦਾ ਵੀ ਕੋਈ ਭਰੋਸਾ ਕਰ ਸਕਦੈ?
ਦਹਾਕਿਆਂ ਬੱਧੀ
ਬੱਸ ਉਹਨੂੰ ਇਹ ਪਤੈ ਕਿ ਮੈਂ ਮਰੇ ਤੋਂ ਜਿਓਂਦਾ
ਕਿਸੇ ਹੋਰ ਤੋਂ ਨਹੀਂ ਹੋਣਾ।

1. ਇਹੋ ਜਿਹਾ ਤਪ ਅਤੀ ਭੀਸ਼ਣ ਹੁੰਦਾ ਹੈ
2 ਇਹੋ ਜਿਹਾ ਕਵੀ ਸੰਗੀਨ ਸੰਜੀਦਾ ਹੁੰਦਾ ਹੈ; ਕਵਿਤਾ ਸੱਚ ਤੋਂ ਵੀ ਸੱਚੀ

366 ਵਾਂ ਚਲਿੱਤਰ

ਜੇ ਤੁਸੀਂ ਇਕੱਲੇ ਹੋ
ਘਬਰਾਉਣਾ ਨਾ

ਉਦਾਸੀ ਬੜੀ ਡਰਪੋਕ ਸ਼ੈਅ ਹੈ
ਉਸ ਦੇ ਖਿਆਲ ਤੱਕ ਤੋਂ ਸਹਿਮ ਜਾਂਦੀ ਹੈ

ਜ਼ਰਾ ਯਾਦ ਕਰਨਾ
ਉਸ ਅਦਾ ਨਾਲ ਹਾਬੜੀ ਹੋਈ ਨੂੰ
ਉਹਦੀਆਂ ਅੱਖਾਂ ਵਿਚਲੀ
-ਤੁਹਾਨੂੰ ਜੀ ਲੈਣ ਦੀ ਭੁੱਖ
-"ਮੈਂ ਤੈਨੂੰ ਖਾ ਜਾਣਾ" ਦਾ ਰੋਮਾਂਚ

ਤੁਸੀਂ ਆਪਣੇ ਖੁੱਸ ਗਏ ਚੋਂ ਵੇਖਦੇ ਵੇਖਦੇ
ਹੱਸ ਪੈਂਦੇ ਓ

ਕਿੰਨੇ ਖ਼ੂਬਸੂਰਤ ਸਨ
ਉਹਦੇ 365 ਮੋਹਕ ਚਲਿੱਤਰ

ਅਦਾ ਨਾਲ ਹਾਬੜਨਾ
366ਵਾਂ ਸੀ

ਲਓ! ਉਦਾਸੀ ਫਿਰ ਠਠੰਬਰ ਗਈ

ਲਟਕੀ ਆਧੁਨਿਕਤਾ

ਘਰੋਂ ਬਾਹਰ ਝਿੜਕਣ ਵੇਲੇ
ਆਵਾਜ਼ ਧੀਮੀ ਹੀ ਹੁੰਦੀ ਹੈ
ਇੱਕ ਆਧੁਨਿਕ ਪੁਰਸ਼ ਦੀ
ਮੇਰੀ ਵੀ ਸੀ

ਕੋਟ ਦੇ ਕਾਲਰ ਤੇ ਸਿਰ ਰੱਖ
ਸਿਸਕ ਰਹੀ ਹੁੰਦੀ ਹੈ
ਇੱਕ ਸੰਜਮੀਂ ਔਰਤ
ਉਹ ਵੀ ਰੋ ਰਹੀ ਸੀ

.... ਤੇ ਫਿਰ ਉਹ ਜਾ ਰਹੀ ਸੀ
ਆਪਣਾ ਸੰਜਮ ਮੇਰੀ ਗੋਦ 'ਚ ਧਰਕੇ
ਕਾਲਰ ਦੀ ਉੱਨ ਨਾਲ਼
ਲਟਕ ਰਿਹਾ ਸੀ ਟੁੱਕਿਆ ਨਹੁੰ

ਤੇਰੀ ਮੇਰੀ ਭਾਸ਼ਾ

ਮੈਨੂੰ ਆਉਂਦੀ ਹਰ ਭਾਸ਼ਾ ਬੇਹੀ ਜਹੀ ਹੈ
'ਤੇ ਤੂੰ ਹਰ ਸਰਘੀ ਤਾਜ਼ਾ

ਤੈਨੂੰ ਕੁਝ ਕਹਿਣ ਲਈ
ਮੈਂ ਭਾਸ਼ਾ ਬਣਾ ਰਿਹਾ ਹਾਂ
ਤੇਰੇ ਮਨ ਭਾਉਂਦੀ

ਲੋਕ ਇਹਨੂੰ ਕਵਿਤਾ ਕਹਿਣਗੇ
ਪਰ ਤੈਨੂੰ ਤਾਂ ਸਭ ਪਤਾ ਹੈ
...ਬੱਸ ਮੈਨੂੰ ਯਕੀਨ ਹੈ
ਕਿ ਤੈਨੂੰ ਪਤਾ ਹੈ

ਤੂੰ ਹੁਣ ਕੀ ਕਰ ਰਹੀ ਹੈਂ?
ਮੈਂ ਤਾਂ ਭਾਸ਼ਾ ਬਣਾ ਰਿਹਾ ਹਾਂ।

ਸਾਬਣ ਪਾਣੀ ਬਣਨਾ ਔਖਾ ...

ਛੋਹੀਂ ਸੁੱਚਮ, ਬੋਲੀਂ ਸੰਜਮ, ਯਾਰ! ਸੁਆਣੀ ਬਣਨਾ ਔਖਾ
ਰਾਤੀਂ ਸ਼ਹਿਦ 'ਤੇ ਦਿਨੇ ਸਪੰਜ ਦਾ ਸਾਬਣ ਪਾਣੀ ਬਣਨਾ ਔਖਾ

ਸਭ ਦੀ ਕਾਹਲ਼ ਆਪਣੇ ਪੈਰਾਂ ਵਿੱਚ ਅੜਾ ਕੇ ਫਿਰਦੇ ਰਹਿਣਾ
ਆਪਣੇ ਸਫ਼ਰ 'ਚ ਹੋਰਾਂ ਦੀ ਵੀ ਆਉਣੀ ਜਾਣੀ ਬਣਨਾ ਔਖਾ

ਸੂਰਜ ਚੜ੍ਹਦੇ ਸਭ ਨੂੰ ਨਵੇਂ ਨਕੋਰ ਕਰਨ ਵਿੱਚ ਰੁੱਝ ਜਾਣਾ ਤੇ
ਉਹਦੀਆਂ ਨਜ਼ਰਾਂ ਵਿੱਚ ਰਾਤ ਦਰ ਰਾਤ ਪੁਰਾਣੀ ਬਣਨਾ ਔਖਾ

ਸੌਖਾ ਹੈ ਪੀੜਾਂ ਦੀ ਗਾਥਾ ਗਾ ਦੇਣੀ ਰੰਗੀਨ ਬਣਾਕੇ
ਸੀਨੇ ਅੰਦਰ ਕੰਬ ਰਹੀ ਸੰਗੀਨ ਕਹਾਣੀ ਬਣਨਾ ਔਖਾ

ਅਹਿਲਕਾਰੀਆਂ ਜ਼ੈਲਦਾਰੀਆਂ ਫੈਲਸੂਫ਼ੀਆਂ ਰਾਜਨੀਤੀਆਂ
ਸਹਿਬਜ਼ਾਦਿਓ! ਸਭ ਕੁਝ ਸੌਖਾ, ਇੱਕ ਧੀ ਰਾਣੀ ਬਣਨਾ ਔਖਾ

ਸੁਆਹ ਰੰਗ ਦੀ ਸਰਲਤਾ

ਉਸਦੇ ਜਾਮ ਵਿੱਚ
ਤਰਲ ਤਾਂ ਨੀਲਾ ਹੈ ਕੋਈ
ਪਰ ਵੇਖ ਬੁੱਲ੍ਹ ਰੱਤੇ ਸੁਰਖ ਨੇ

ਉਹ ਜਾਣ ਗਈ ਹੈ ਹੁਣ
ਦਿੱਤੇ ਰੰਗਾਂ ਤੋਂ ਅਛੋਹ ਰਹਿਣਾ

ਮੈਂ ਆਸ਼ਕ ਹੋਣਾ ਚਾਹੁੰਦਾ ਹਾਂ
ਪਰ ਹੈਰਾਨ ਕਿਓਂ ਹੋਈ ਜਾ ਰਿਹਾਂ
ਐਨੀ ਦੇਰ ਬਾਅਦ ਹੁਣ ਦਿਸਿਆ ਹਾਂ ਉਸਨੂੰ
ਉਹ ਮੇਰੇ ਕੋਲ਼ ਆਉਣ ਦਾ ਖਿਆਲ ਡਿਲੀਟ ਕਰਦੀ ਹੈ
ਮੇਰਾ ਮਨ ਕੰਟਰੋਲ ਏ ਹੇਠ ਬੈਠਾ
ਸੁਆਹ ਰੰਗਾ ਜਿਹਾ ਹੋ ਚੱਲਿਆ

ਲੈ ਐਂ ਨੀਂ ਦਿਲਦਾਰ ਜਿਹਾ ਹੋ
ਆਪਣੀ ਟੈਕਸਟ ਉਨਾਭੀ ਕਰ
ਅਤੇ ਬੈਕਰਾਊਂਡ ਗੁਲਾਬੀ
ਪਰ ਮੈਂ ਆਸ਼ਕ ਹੋਣਾ ਹੈ ਕਿ ਹੈਰਾਨ

ਕਿ ਸੁਆਹ ਰੰਗਾ ਹੋਣੈ
ਫਿਰ ਤੋਂ .. ??

ਫਿਲਮ ਵੇਖਦੇ ਵੇਖਦੇ

ਫਿਲਮ ਵੇਖਦੇ ਵੇਖਦੇ
ਮੈਂ ਉਹ ਸਭ ਕਰਦਾ ਹਾਂ
ਜੋ ਮੈਂ ਅਸਲ ਚ ਨਹੀਂ ਕਰ ਸਕਦਾ
ਉੜਦਾ ਹਾਂ, ਭੁਰਦਾ ਹਾਂ, ਜੁੜਦਾ ਹਾਂ
ਮਰਕੇ ਜਿਉਂਦਾ ਵੀ ਹਾਂ
ਰੇਪ ਸੀਨ ਵੇਲ਼ੇ ਅੱਖਾਂ ਮੀਟ ਲੈਂਦਾ ਹਾਂ

ਇਹ ਤੇ ਪਰ ਮੈਂ ਅਸਲ 'ਚ ਵੀ ਕਰਦਾ ਹਾਂ!!!!!

ਅਹਿਸਾਸ ਟੁੱਚਾ ਟੁੱਚਾ

ਉਸਨੂੰ ਰੁਆਉਣਾ ਨਾ
ਨਹੀਂ ਤਾਂ ਮੂੰਹ 'ਤੇ ਪੀੜ ਇਕੱਠੀ ਹੋਏਗੀ
ਭਿਆਨਕ ਪੀੜ

ਮੁੜੇ ਤੁੜੇ ਸਿਕੁੜੇ ਲਾਲ ਬੁੱਲ੍ਹ
ਗਿਲਾਨੀ 'ਚ ਗਿੱਲੀਆਂ ਗੱਲ੍ਹਾਂ
ਦੰਦਬੀੜ੍ਹ 'ਚ ਘੁੱਟੀ ਚੀਖ ਬਾਵਜੂਦ
ਤੁਹਾਡੇ ਕੰਨਾਂ ਤਾਈਂ ਉੱਠੇ ਹੱਥ

ਲਹੂ-ਸੁਰਖ ਚੇਹਰੇ ਦੇ ਮਗਰ
ਪੀੜਾਂ ਦੀ ਪਾਲ

- -ਬੱਸ 'ਚ ਵੱਢੀ ਚੂੰਢੀ
- -ਗਲਾਵੇਂ 'ਚ ਝਾਕਦਾ ਪ੍ਰੋਫੈਸਰ
- -ਡਾਕਟਰ ਦੀ ਮੀਸਣੀ ਛੋਹ
- -ਹੋਰਾਂ ਲਈ ਕੁੰਡੀ ਖੋਲ੍ਹਦਾ ਪ੍ਰੇਮੀ
- -ਬੈਲਟ ਲਈ ਖੜੋਤਾ ਪਤੀ

ਪੀੜ
ਉਮਰ ਦੀ
ਉਮਰਾਂ ਦੀ
ਸਮ੍ਰਿਤੀਆਂ ਦੀ
ਉਸਨੂੰ ਰੁਆਉਣਾ ਨਾ
ਨਹੀਂ ਪਤਾ ਨਹੀਂ ਲੱਗਣਾ
ਪਾਲ਼ 'ਚ ਕਦ ਸ਼ਾਮਲ ਹੋ ਗਏ ਤੁਸੀਂ
ਟੁੱਚਾ ਟੁੱਚਾ ਮਹਿਸੂਸ ਕਰਦੇ

ਡਿਸਕਲੇਮਰ

ਮੈਨੂੰ ਪਿਆਰ ਸਤਹੀ ਹੀ ਕਰ , ਨ੍ਹਾਂ!
ਉਹ ਵੀ ਆਪਣੇ ਲਈ ਹੀ ਕਰ, ਨ੍ਹਾਂ!

ਦੋ ਤਿੰਨ ਸੂਦ ਉਰ੍ਹਾਂ ਰੁਕਿਆ ਕਰ
ਮਾਦਕ ਹੜ੍ਹ ਵਿੱਚ ਵਹਿਣੋਂ ਪਹਿਲਾਂ
ਕਿੰਨੀ ਅੱਗ ਹੈ ਕਹਿਣੋਂ ਪਹਿਲਾਂ
ਇੱਕ ਵਜੂਦ ਉਰ੍ਹਾਂ ਰੁਕਿਆ ਕਰ

ਮੇਰੇ ਤਰਸੇਵੇਂ ਤੋਂ ਡਰ, ਨ੍ਹਾਂ!
ਮੈਨੂੰ ਪਿਆਰ ਸਤਹੀ ਹੀ ਕਰ, ਨ੍ਹਾਂ!
ਉਹ ਵੀ ਆਪਣੇ ਲਈ ਹੀ ਕਰ, ਨ੍ਹਾਂ!

ਜਿਓਂ ਹੈ ਵਾਸ਼ਪ ਜਿਓਂ ਹੈ ਅੰਬਰ
ਤੂੰ ਅੰਤਾਂ ਦੀ ਨਿਰਛਲ ਹੀ ਰਹਿ
ਮੈਨੂੰ ਕਾਮੀ ਵਹਿਸ਼ੀ ਹੀ ਕਹਿ
ਫੇਰ ਝਪਕ ਕੇ, ਪਲਕਾਂ ਅੰਦਰ

ਸਿੱਲ੍ਹੀ ਜਹੀ ਸਿਆਣਪ ਭਰ ਨ੍ਹਾਂ!
ਮੈਨੂੰ ਪਿਆਰ ਸਤਹੀ ਹੀ ਕਰ, ਨ੍ਹਾਂ!
ਉਹ ਵੀ ਆਪਣੇ ਲਈ ਹੀ ਕਰ, ਨ੍ਹਾਂ!

ਹੋਣ ਮੁਸਕੜੀਂ ਪਨਘਟ ਪਰਬਤ
ਜਦ ਤੂੰ ਗੱਲਾਂ ਹੋਰੂੰ ਕਰਦੀ

ਮੇਰੇ ਵਿੱਚ ਜਿਓਂ ਲਿਫ਼ਟ ਉਤਰਦੀ
ਹੋਣ ਦੇ ਚੁੱਪ ਜੰਗਲ਼ ਵਿੱਚ ਹਰਕਤ

ਮੁੱਲ ਪੁਆ, ਹੋਣੋਂ ਮੁੱਕਰ, ਨ੍ਹਾਂ!
ਮੈਨੂੰ ਪਿਆਰ ਸਤਹੀ ਹੀ ਕਰ, ਨ੍ਹਾਂ!
ਉਹ ਵੀ ਆਪਣੇ ਲਈ ਹੀ ਕਰ, ਨ੍ਹਾਂ!

ਦੋਹਾਂ ਦੇ ਗੌਂ ਜੋਗਾ ਖਹਿ ਕੇ
ਐਨੀਮੇਲ[1] ਸੁਗੰਧਿਤ ਹੋ ਖਾਂ!
ਰੋਮਾਨੀ ਪ੍ਰਬੰਧਕ ਹੋ ਖਾਂ!
ਚੁੰਮਣ ਦੇ ਕੇ, ਚੁੰਮਣ ਲੈ ਕੇ

ਬਸ ਟ੍ਰਾਂਜ਼ੈਕਸ਼ਨ ਜਹੀ ਹੀ ਕਰ, ਨ੍ਹਾਂ!
ਮੈਨੂੰ ਪਿਆਰ ਸਤਹੀ ਹੀ ਕਰ, ਨ੍ਹਾਂ!
ਉਹ ਵੀ ਆਪਣੇ ਲਈ ਹੀ ਕਰ, ਨ੍ਹਾਂ

1. ਇਤਰ ਦਾ ਮਾਰਕਾ

ਵੈਲੇਂਟਾਈਨ ਕਵਿਤਾ

ਉਸ ਦਿਨ ਫਰੈਂਚ ਸਿਗਰਟ ਸੀ ਤੇਰੇ ਬੁੱਲ੍ਹਾਂ ਵਿੱਚ, ਤੇ
ਕੋਈ ਇੰਡੀਅਨ ਯਾਦ ਸੁਲਗ ਸੁਲਗ ਝੜ ਰਹੀ ਸੀ ਸ਼ਾਇਦ

ਮੈਂ ਵੀ ਕਵਿਤਾ ਸੋਚ ਰਿਹਾ ਸਾਂ
ਆਪਣੇ ਬੇਸ਼ਕੀਮਤੀ ਮੂਡ ਵਿੱਚ
ਮੋਮਬੱਤੀ-ਕਿੰਞ-ਸਾਹ-ਲੈਂਦੀ-ਹੈ-ਅੰਦਰ-ਵੱਲ-ਹਨੇਰੇ-ਦਾ ਨੁਮਾ
ਅਲੋਕਾਰ ਖਿਆਲ
ਰੂਪ ਵੀ ਅਲੋਕਾਰ ਹੀ ਮੰਗਦਾ ਸੀ।

- ਧੁੱਪ ਨੇ ਸਾਨੂੰ ਵੇਖ ਲਿਆ
- ਹਵਾ ਸਾਡੇ ਕੋਲ਼ ਆਈ
- ਤੇਰੀ ਲਟ ਨੇ ਜ਼ਿਦ ਕੀਤੀ
- ਮੈਂ ਸੁਆਰ ਦਿੱਤਾ ਉਸਨੂੰ
- ਕੰਨ ਉੱਤੇ ਦੀ
- ਪਿਛਾਂਹ ਵੱਲ ਨੂੰ
- ਤੂੰ ਮੇਰੀ ਵਾਪਿਸ ਮੁੜਦੀ ਹਥੇਲ਼ੀ ਚੁੰਮ ਲਈ

"ਦਿਨ 'ਚ ਕਰ ਦਿਆ ਕਰ ਇਕ ਦੋ ਵਾਰੀ ਏਦਾਂ ਹੀ
ਮੈਂ ਸਿਗਰਟ ਛੱਡ ਦਿਆਂਗੀ"

ਇੱਕ ਡੁਬਕੀ ਦੀ ਕਵਿਤਾ

ਉਸ ਤੀਰ ਸਰੀਰ ਨੇ
ਚੁਪਕ ਜਹੇ ਜਦ ਪਾਣੀ ਵਿੰਨ੍ਹਿਆ
ਪਾਣੀ ਫੁੱਲ ਵਾਂਗੂੰ ਖਿੜਿਆ
ਉਹ ਤੀਰ ਸਰੀਰ
ਸੁਬਕ ਜੁਗਤ ਪਾਣੀ ਪੜਤਾਲੇ
'ਤੇ ਪਾਣੀ ਉਸਨੂੰ ਟੋਹੇ
ਲੱਤਾਂ ਦੀਆਂ ਮੱਛੀਆਂ ਗੀਤ ਸੁਣਾਵਣ
ਜਲ ਦੀਆਂ ਮੱਛੀਆਂ ਬੋਲ ਰਲਾਵਣ
ਦੂਰੋਂ ਵੇਖਾਂ ਗੂੰਗਾ ਹੋਕੇ

ਅਹੁਦਾ ਤੱਕਿਆ

ਅਹੁਦਾ ਤੱਕਿਆ, ਸ਼ੋਹਰਤ ਪਰਖੀ, ਰਾਵਾਂ ਹੋਈਆਂ
ਕੋਟ ਪੈਂਟ ਦੀਆਂ ਲਹਿੰਗੇ ਦੇ ਨਾਲ ਲਾਵਾਂ ਹੋਈਆਂ

ਪੋਸ਼ਾਕਾਂ ਦੇ ਅੰਦਰ ਦੋ ਜਨ ਜ਼ਾਇਆ ਹੋਏ
ਹੈਰਾਨੀ ਹੈ, ਇਸ ਲਈ ਢੇਰ ਦੁਆਵਾਂ ਹੋਈਆਂ!

ਸਹੀ ਸਮੇਂ ਸਹੀ ਥਾਂ ਤੇ ਹੋਣਾ ਕਿਓਂ ਲਾਜ਼ਿਮ ਹੈ
ਮੇਰੇ ਵਿੱਚ ਪ੍ਰਵਚਨਾਂ ਬਾਅਦ ਕਥਾਵਾਂ ਹੋਈਆਂ

ਮੈਂ ਖਾਲੀ ਪਨ ਦਾਰੂ ਦੇ ਨਾਲ ਭਰ ਦਿੱਤਾ, ਫਿਰ
ਸ਼ਗਨਾਂ ਦੀ ਥਾਂ ਬੜੀਆਂ ਸਹਿਤ ਸਭਾਵਾਂ ਹੋਈਆਂ

ਇਕ ਨਵ ਜਨਮੇ ਸ਼ਾਇਰ ਦੀ ਤਸਦੀਕ ਹੋ ਗਈ
ਊਲ ਜਲੂਲ ਹਰਕਤਾਂ ਵੀ, ਕਵਿਤਾਵਾਂ ਹੋਈਆਂ

ਹੁਸੀਨ ਜੰਗ

ਭਲਾ ਤੇਰੀ ਮਨ ਭਾਉਂਦੀ ਜੰਗ ਕਿਹੜੀ ਹੈ?
-ਹੈਂਅਅਅ..??

ਵੱਡੀਆਂ ਵੱਡੀਆਂ ਵਾਲੀਆਂ ਅੰਦਰ
ਉਸਦੀ ਸਾਰੀ ਹੈਰਾਨਗੀ ਹਿੱਲੀ

ਹੱਥ ਅੰਦਰ ਘੁੰਮੀਂ ਸਾਰੀ ਜਗਿਆਸਾ
ਪਹਿਲਾਂ ਚੀਚੀ
ਵੈਡਿੰਗ ਫਿੰਗਰ
ਮਿਡਲ ਫਿੰਗਰ (ਇਹ ਕਿਤੇ ਐਂ ਈਂ ਨ ਰੁਕ ਜਾਵੇ)

ਪਰ ਫਿਰ ਐਮ ਬੀ ਡੀ ਫਿੰਗਰ
ਆਖਰ ਹੱਥ ਲਟਕ ਗਿਆ

ਚੱਲ ਪਹਿਲਾਂ ਤੂੰ ਦੱਸ?

ਮੈਂ ਕਿਹਾ:
ਆਹ ਹੁਣੇ ਹੋ ਕੇ ਹਟੀ ਹੈ
ਸਾਦਾ ਜਹੀ ਹਿੰਸਾ
ਮੇਰੇ ਦਿਲ 'ਤੇ

-ਸ਼ਾਇਰ ਜਿਹਾ...
ਸਕਾਈਪ ਬੰਦ ਹੋ ਗਿਆ

ਬੁਰਕਾ ਸੋਨੇ ਚਾਂਦੀ ਦਾ

ਤੂੰ ਸੋਨੇ ਦਾ ਪੇਟਾ ਪਾਦੇ ਜਾਂ ਚਾਂਦੀ ਦਾ ਤਾਣਾ
ਬੁਰਕੇ ਨੇ ਤਾਂ ਬੁਰਕਾ ਬਣਕੇ ਸੱਚ ਲੁਕਾਈ ਜਾਣਾ

ਮੈਂ ਵੀ ਆਪਣਾ ਇਸ਼ਕ ਪਲੇਠਾ ਬੁਰਕੇ ਮਗਰ ਲਕੋਇਆ
ਹੌਲ਼ੀ ਹੌਲ਼ੀ ਮੇਰੇ ਅੰਦਰ ਡੂੰਘਾ ਹੋ ਗਿਆ ਟੋਇਆ
ਅੱਜ ਮੇਰੇ 'ਚੋਂ ਇਸ਼ਕ ਭਾਲ਼ਦਾ ਸ਼ਹਿਰ ਦੀਵਾਨਾ ਹੋਇਆ
ਜੋ ਹੁਣ ਇਸਨੇ ਪੋਰਿਆ ਹੀ ਨਹੀਂ ਕਿੰਞ ਪੁੰਗਰਦਾ ਦਾਣਾ

ਬੁਰਕੇ ਨੇ ਤਾਂ ਬੁਰਕਾ ਬਣਕੇ ਸੱਚ ਲੁਕਾਈ ਜਾਣਾ

ਇਸ਼ਕ ਹੈ ਮੇਰੇ ਮੂੰਹੋਂ ਉਹਦੇ ਬਾਰੇ ਜੋ ਵੀ ਸੁਣਦੈ
ਇਸ਼ਕ ਹੀ ਬੰਦ ਪਲਕਾਂ ਵਿੱਚ ਰੰਗ ਬਿਰੰਗੇ ਸੁਪਨੇ ਬੁਣਦੈ
ਗੱਲ੍ਹਾਂ ਦੀ ਭਖਦੀ ਹੋਈ ਲਾਲੀ ਇਸ਼ਕਾ ਮੇਰਾ ਹੁਣ ਦੈ
ਕੀ ਕਰੀਏ ਬੱਸ ਏਵੇਂ ਈਂ ਪਲ਼ਿਐ ਮੇਰਾ ਇਸ਼ਕ ਅੰਞਾਣਾ

ਬੁਰਕੇ ਨੇ ਤਾਂ ਬੁਰਕਾ ਬਣਕੇ ਸੱਚ ਲੁਕਾਈ ਜਾਣਾ
ਤੂੰ ਸੋਨੇ ਦਾ ਪੇਟਾ ਪਾਦੇ ਜਾਂ ਚਾਂਦੀ ਦਾ ਤਾਣਾ
ਸੌਖਾ ਹੈ ਪੀੜਾਂ ਦੀ ਗਾਥਾ ਗਾ ਦੇਣੀ ਰੰਗੀਨ ਬਣਾਕੇ
ਸੀਨੇ ਅੰਦਰ ਕੰਬ ਰਹੀ ਸੰਗੀਨ ਕਹਾਣੀ ਬਣਨਾ ਔਖਾ
ਅੰਦਰਲੀ ਤੂੰ

ਤੂੰ ਜਿਮ 'ਚੋਂ ਆਉਂਦੀ
ਤੇ ਕੋਈ ਪਰੀ ਕਹਾਣੀ ਸੁਣਾਉਂਦੀ

ਤੇਰੇ ਤੋਂ ਰੌਣਕੀ ਤਾਂ ਤੇਰੀ ਕਿੱਟ 'ਚੋਂ ਆਉਂਦੀ ਗੰਧ ਐ
ਹਰੇਕ ਪਲ
ਸਹਿਜ ਲਈ ਨੀ ਨਾ ਹੁੰਦਾ ਨਾ ਮੇਰੀ ਜਾਨ
ਕਾਸ਼! ਤੂੰ ਰਤਾ ਅਸਧਾਰਨ ਹੁੰਦੀ
ਅੰਦਰਲੀ ਤੂੰ
ਤਾਂ ਮੇਰੇ ਜਵਾਰ, ਸ਼ਰਾਬ ਦੀ ਥਾਂ ਤੂੰ ਰੋਕਦੀ

ਡਾਇਨਿੰਗ ਟੇਬਲ 'ਤੇ
ਮਨੀ ਪਲਾਂਟ ਥਾਵੇਂ ਹੁੰਦੀ,
ਬੌਂਜ਼ਾਈ ਕੈਕਟਸ
ਮਿਥੇ ਸਮੇਂ ਤੋਂ ਪਹਿਲਾਂ ਹੀ ਖਾਧਾ ਜਾਂਦਾ
ਕੋਈ ਕੋਈ ਭੋਜ

ਟਿੱਫਨੀ ਸ਼ੌਪਿੰਗ ਲਈ ਕੀਤੇ ਸਰਫ਼ੇ ਚੋਂ

ਆਪਣੇ ਆਪ ਲਈ ਫੁੱਲ ਵੀ ਖਰੀਦਦੀ
ਮੇਰੇ ਨਾਲ਼ ਹੱਸਦੀ, ਰੱਬ ਨਾਲ਼ ਲੜਦੀ

ਕਾਸ਼! ਤੂੰ ਰਤਾ ਅਸਾਧਾਰਨ ਹੁੰਦੀ

"ਮੇਰੇ ਸਹੁਰਾ ਸਾਹਬ"'

ਅੱਜ ਉਹ ਗੁੱਸੇ ਵਿੱਚ ਨਹੀਂ ਹਨ
ਬਲੂਬੈਰੀ ਦਾ ਲਿਫ਼ਾਫ਼ਾ ਵਗਾਹ ਕੇ ਨਹੀਂ ਮਾਰਿਆ
ਠੇਕੇਦਾਰ ਨੂੰ ਕੋਈ ਗਾਹਲ ਨਹੀਂ ਕੱਢੀ
ਸਗੋਂ ਪੁੱਛਿਐ - ਨਿਕੜੀ ਨੀ ਦੀਹਦੀ ਕੁੜੇ

"ਮੇਰੇ ਸਹੁਰਾ ਸਾਹਬ"
ਕੱਲ੍ਹ ਉਸਨੂੰ ਗੋਦ ਚ ਵੀ ਲੈਣਗੇ
ਵਿਦਾ ਵੀ ਕਰਨਗੇ
ਮੈਂ ਗੁਆਚ ਗਈ ਆਂ
ਚਾਹ ਉੱਬਲ ਗਈ ਏ

ਨੰਗੀ ਸ਼ਾਖ਼ 'ਤੇ ਫੁੱਲ ਟਿਕਾ ਕੇ

ਨੰਗੀ ਸ਼ਾਖ 'ਤੇ ਫੁੱਲ ਟਿਕਾਕੇ
ਕਮਰੇ ਅੰਦਰ ਹੀਟ ਵਧਾ ਕੇ
ਪੀਲੇ ਪੱਤੇ ਫ਼ਰਸ਼ 'ਤੇ ਵਾਹ ਕੇ
ਤਪਦੀ ਧੁੱਪ 'ਚ ਵਸਤਰ ਪਾਕੇ
ਚਾਰੇ ਮੌਸਮ ਚਾਰ ਰਿਹਾਂ

ਤੇਰੀ ਬਾਂਹ 'ਤੇ ਨਾਂ ਖੁਣਵਾ ਕੇ
ਉਂਗਲੀ ਦੇ ਵਿੱਚ ਮੁੰਦਰੀ ਪਾਕੇ
ਕੋਠੀ ਤੇਰੇ ਨਾਂ ਕਰਵਾ ਕੇ
ਕੁਨਬੇ ਦੀ ਕੀਮਤ ਸਮਝਾ ਕੇ
ਵੇਖ, ਮੈਂ ਤੈਨੂੰ ਮਾਰ ਰਿਹਾਂ

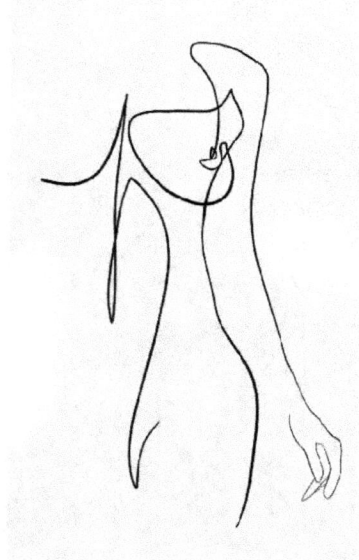

ਵਾਰਤਾ

ਉਮਰਾਂ ਜਿੰਨੀਏ
ਕੀ ਤੂੰ ਤਿਤਲੀਆਂ ਫੜ ਰਹੀ ਹੈਂ..
ਹੋਰ ਕੀ?
ਫੁੱਲਾਂ ਕੋਲ ਕੋਈ ਐਵੇਂ ਥੋੜ੍ਹੋ ਜਾਂਦੈ

ਫੇਰ ਤੂੰ ਪੱਕਾ ਪਹਾੜ ਵੇਖ ਰਹੀ ਹੋਵੇਂਗੀ
ਅਤੇ ਉਸ 'ਚੋਂ ਸ਼ਿਵਲਿੰਗ ਦੇ ਗੁਣ

..ਓ ਨਹੀਂ ਨਹੀਂ
ਇਹ ਸਭ ਕੁਝ ਜ਼ਰਾ ਕੁ ਜਿੰਨਾ ਜਿਨਸੀ ਹੁੰਦੈ
ਤੇ ਬਾਕੀ ਅਧਿਆਤਮ

ਲੈ ਹਵਾ ਆ ਗਈ ਏ ਤੇਰੇ ਕੋਲ
ਤੂੰ ਕਦੇ ਜਾਂਦੀ ਏਂ ਉਸ ਕੋਲ?

ਕੋਈ ਕੋਈ ਸ਼ੈਅ ਸਾਡੇ "ਕੋਲ ਆਉਂਦੀ ਹੀ ਹੈ
ਧੁੱਪ ਨੇ ਕਲ੍ਹ ਹੀ ਮਾਇਐ ਮੈਨੂੰ

ਸ਼ਾਇਦ ਤੂੰ ਪੰਨੇ ਪਲਟਦੀ ਹੋਏਂਗੀ
ਆਪਣੀ ਹੀ ਕਿਤਾਬ ਦੇ
ਮੇਰਾ ਚੇਹਰਾ ਚਿਤਵ ਕੇ ਆਖਦੀ
ਇਹ ਵੀ ਤੇਰੀ ਹੀ ਹੈ, ਪਾਗਲ!

ਕਿਤੇ ਤੂੰ ਪਈ ਪਈ ਅੰਬਰ ਤਾਂ ਨੀਂ ਵੇਖ ਰਹੀ?
ਇਸ ਵਲ ਘੂਰਿਆ ਨਾ ਕਰ
ਗਹਿਰ ਜਹੀ ਹੋ ਜਾਂਦੈ

ਅੰਬਰ ਨੂੰ ਅੰਬਰ ਹੀ ਰਹਿਣ ਦੇ
ਪਹਾੜ ਨੂੰ ਪਹਾੜ-- ਤੇਰੀ ਕਿਤਾਬ ਨੂੰ ਤੇਰੀ
ਅਤੇ
ਤਿਤਲੀਆਂ ਨੂੰ ਅਜ਼ਾਦ

ਕਾਫ਼ੀ 1

ਕਿੰਵ ਜਾਵਾਂ ਉਸ ਕੋਲ?
ਨੀ ਮੈਂ ਕਿੰਵ ਜਾਵਾਂ ਉਸ ਕੋਲ

ਨਾ ਸੁਨਿਆਈ ਚਮੜੀ ਮੇਰੀ
ਨਾ ਦਰਿਆਈ ਤੋਰ...

ਕਿੰਵ ਜਾਵਾਂ ਉਸ ਕੋਲ

ਤੂੰ ਦਰਿਆ ਤੇਰਾ ਨੀਰ ਨਸੀਬਾ
ਮੇਰੇ ਹਿਸੇ ਤੇਹ ਵੇ ਸਾਈਂ
ਥੋੜਾ ਮੇਰਾ ਮੈਥੋਂ ਲੈ ਲੈ
ਥੋੜਾ ਆਪਣਾ ਦੇਹ ਵੇ ਸਾਈਂ
ਸਾਵਾਂ ਸਗਵਾਂ ਤੋਲ

ਕਿੰਵ ਜਾਵਾਂ ਉਸ ਕੋਲ

ਅੰਬਰ ਦੇ ਕੰਬਲ ਤੇ ਸੁਨੈਹਰੀ
ਸੂਰਜ ਦਾ ਸਿੱਕਾ ਧਰਨਾ ਸੀ
ਫੇਰ ਦੁਮੇਲਾਂ ਚੇਤੇ ਕਰਕੇ
ਉਸਨੂੰ ਬੁਕਲ ਵਿਚ ਭਰਨਾ ਸੀ

ਬਾਹਾਂ 'ਤੇ ਦਿਲ ਖੋਲ

ਕਿੰਵ ਜਾਵਾਂ ਉਸ ਕੋਲ

ਇਕ ਕਵਿਤਾ ਲਿਖ ਹੋਣਾ ਲੋਚੇ
ਇਕ ਕਵਿਤਾ ਪੜ੍ਹ ਹੋਣ ਨੂੰ ਤਰਸੇ
ਸ਼ਾਇਰ ਤੈਂ ਸੰਗ ਹੱਸਣਾ ਲੋਚੇ
ਤੇਰੇ ਦੁਖ ਵਿਚ ਰੋਣ ਨੂੰ ਤਰਸੇ

ਕਰ ਨਾ ਟਾਲਮਟੋਲ

ਕਿੰਝ ਜਾਵਾਂ ਉਸ ਕੋਲ
ਨੀ ਮੈਂ..... ਕਿੰਝ ਜਾਵਾਂ ਉਸ ਕੋਲ

ਧੋਖੇ

ਮੈਂ ਤੇਰੇ ਨਾਲ਼ ਕਈ ਧੋਖੇ ਕਰਨੇ ਹਨ
... ਤੇਰੀ ਲਿਪਸਟਿਕ ਤੇ ਕੁਝ ਲਾ ਦੇਣਾ ਹੈ
ਕਿ ਤੇਰਾ ਗੱਲਾਂ ਕਰਨ ਨੂੰ ਜੀ ਕਰੇ
ਸਿਰਫ਼ ਮੇਰੇ ਨਾਲ਼ ...... ।

ਪ੍ਰਸਥਾਨ

ਉਹ ਚਲੀ ਗਈ ਹੈ
ਬੱਸ ਉਹ ਚਲੀ ਗਈ ਹੈ
ਨਹੀਂ ਹਨ
ਫ਼ਰਸ਼ ਤੇ ਲੰਬੇ ਵਾਲ਼
ਊਣਾ ਵਾਈਨ ਗਲਾਸ
ਕੁਰਸੀ ਤੇ ਸੁੱਟੇ ਦਸਤਾਨੇ
ਕਰਨ ਲਈ ਕੁਝ ਵੀ ਨਹੀਂ
ਉਹ ਮੇਰਾ ਦਿਨ ਰਾਤ ਹੈ
ਲਓ, ਮੈਂ ਫਿਰ ਤੋਂ ਕਵੀ ਹੋ ਗਿਆ
ਤੁਹਾਡਾ ਪੰਜਾਬੀ ਕਵੀ
ਮੈਂ ਕਈ ਕਈ ਘੰਟੇ ਕਵੀ ਨਹੀਂ ਵੀ ਹੁੰਦਾ
ਪਰ ਤੁਹਾਨੂੰ ਕੀ ਫ਼ਰਕ ਪੈਂਦੈ

ਸਰਦਲ

ਤੇਰੇ ਘਰ ਦੀ ਸਰਦਲ ਦਾ ਉਲਾਂਭਾ ਹੈ
ਕਿ ਮੈਂ ਚਾਹੇ ਅੰਦਰ ਹੋਵਾਂ ਜਾਂ ਬਾਹਰ
ਇਸ ਤੋਂ ਦੂਰ ਹੀ ਹੁੰਦਾ ਹਾਂ

ਅੱਜ ਮੇਰੀ
ਲਾਲਸਾ
ਅਰਮਾਨ
ਹਉਂ
ਸਰਦਲ ਲਾਗੇ ਟੰਗੇ ਮੇਰੇ ਹੈਟ 'ਚ ਪਏ ਨੇ
'ਤੇ ਇਹਨਾਂ ਦੀ ਗ਼ੈਰ ਹਾਜ਼ਰੀ 'ਚ ਮੈਂ ਕੁਝ ਕਹਿਣਾ ਹੈ

ਨ ਬੇਨਤੀ
ਨ ਹੁਕਮ
ਨ ਫਤਵਾ
ਨ ਰਾਇ
ਇਹ ਮੇਰੀ ਹਉਂ ਦੇ ਤੇਵਰ ਜੁ ਹੋਏ
'ਤੇ ਹਉਂ ਮੇਰੀ ਸਰਦਲ ਲਾਗੇ ਟੰਗੇ ਮੇਰੇ ਹੈਟ 'ਚ ਪਈ ਹੈ

ਮੈਂ ਕਹਿਣਾ ਸੀ ਕਿ...।
ਪਰ ਜਦ ਵੀ ਮੈਂ ਕੁਝ ਕਹਿਣਾ ਚਾਹਿਆ
ਜਿਵੇਂ:
- " ਅੱਜ ਬਹੁਤ ਪਿਆਰੇ ਫੁੱਲ ਖਿੜੇ ਨੇ"
ਤੂੰ ਕਿਆਰੀ ਵੱਲ ਝਾਕੀ

"ਓਥੇ ਨਹੀਂ ਯਾਰ ... ਮੇਰੇ ਅੰਦਰ"
ਇਹ ਕਹਿਣ ਦੀ ਲੋੜ ਹੁੰਦੀ ਹੈ ਭਲਾ

- "ਕਿੰਨੀ ਨਮੀ ਹੈ ਅੱਜ!"
ਇਸ ਤੋਂ ਪਹਿਲਾਂ ਕਿ ਮੈਂ ਕਹਿੰਦਾ
"ਤੇਰੇ ਬੁੱਲ੍ਹਾਂ 'ਤੇ"
ਤੂੰ ਕੂਲਰ ਬੰਦ ਕਰ ਦਿੱਤਾ

ਦੇਖ, ਫਿਰ ਇੱਕ ਫ਼ਾਸਲਾ ਤਾਂ ਹੈ
ਤੇਰੀ ਕੁਰਸੀ 'ਤੇ ਮੇਰੀ ਕੁਰਸੀ
ਵਿੱਚ ਮੇਜ਼ ਕੁ ਜਿੰਨਾ
ਸਾਡੇ ਵਰਗੇ ਮੁਖ਼ਤਲਿਫ਼ ਸੁਭਾ ਦੇ ਜੀਆਂ ਲਈ
ਇਹ ਫ਼ਾਸਲਾ ਨਹੀਂ ਬਚੀ ਖੁਚੀ ਨੇੜਤਾ ਹੁੰਦੀ ਹੈ

ਇਸੇ ਨੇੜਤਾ ਬਦੌਲਤ
ਚਲ ਆ, ਆਪਾਂ ਆਪਣੇ
ਗੁੰਮ ਚੁੱਕੇ ਦਾ ਪਛਤਾਵਾ
ਗੁੰਮ ਰਹੇ ਤੇ ਅਫ਼ਸੋਸ
'ਤੇ ਇਸ ਬਚੇ ਖੁਚੇ 'ਤੇ ਤਰਸ ਕਰੀਏ

ਹੋਰ ਮੈਂ ਕਹਿਣਾ ਸੀ ਕਿ ਸੰਭਵ ਨਹੀਂ ਹੈ
-ਮੇਰੇ ਸਾਹਾਂ ਲਈ
ਕਿ ਪੂਰਾ ਹੋ ਜਾਣ ਸਾਰੇ ਦੇ ਸਾਰੇ
-ਮੇਰੇ ਜੁੱਸੇ ਲਈ
ਕਿ ਛਾਂ ਬਣ ਜਾਵੇ
ਬਿਲਕੁਲ ਰੁੱਖਾਂ ਵਰਗੀ

ਇਹ 'ਤੇ ਕੁਝ ਛਿਣਾਂ ਬਿਨਾਂ
ਪਰਛਾਵਾਂ ਜਿਹਾ ਹੋ ਜਾਂਦਾ ਰਿਹਾ
ਜੁੱਸਾ ਜੋ ਹੈ ਸੀ
ਫਾਨੀ, ਤੱਤਾ, ਠੰਢਾ

ਰੁੱਖ ਨਹੀਂ ਸੀ
ਨੌਵੇਂ ਪਹਿਰ
ਤੇਹਰਵੇਂ ਮਹੀਨੇ
ਪੰਜਵੀਂ ਰੁੱਤ ਦਾ ਜਗਿਆਸੂ

ਜੁੱਸੇ ਦੀ ਜਗਿਆਸਾ ਕੁਝ ਹੋਰ ਸੀ
ਜੁੱਸੇ ਥਾਣੀਂ ਮੈਂ ਜਾਣਿਆ ਕਿ:
ਥਲ ਨੇ ਸੱਸੀ ਨਹੀਂ
ਉਸਦਾ ਸੇਕ ਠਾਰਨਾ ਸੀ
ਝਨਾਂ ਨੇ ਸੁਹਣੀ ਨਹੀਂ
ਉਸਦੀ ਪਿਆਸ ਪੀਣੀ ਸੀ

ਤਦੋਂ ਮੈਂ ਜਾਣਿਆਂ
ਕਿ ਤੇਰੇ ਬਦਨ ਦੀ ਉਚ ਨੀਚ
ਪਹਾੜੀ ਨਹੀਂ ਪਠਾਰੀ ਹੈ
ਤੇਰੇ ਅੰਦਰ ਲਾਵਾ ਹਾਵੀ ਹੈ
ਬਾਹਰ ਨਦੀਆਂ

ਸੋ ਹੋਰ ਮੈਂ ਕਹਿਣਾ ਸੀ ਕਿ......
ਮੇਰੀ ਤਾਂ ਜਗਿਆਸਾ ਹੀ ਹੋਰ ਹੈ

ਸ਼ਾਇਦ ਤੂੰ ਵੀ ਕੁਝ ਕਹਿਣਾ ਹੋਵੇ
ਪਰ ਤੂੰ ਰਹੇਂਗੀ ਸਦਾ ਵਾਂਗ ਬੋਲਾਂ 'ਚ ਸੰਜਮੀਂ

ਚੰਗਾ ਫਿਰ...
ਚਲਦਾਂ ਹੁਣ
ਸਰਦਲ ਦੇ ਉਸ ਪਾਰ

ਅਰਮਾਨਾਂ
ਲਾਲਸਾਵਾਂ
ਹਉਮੈ ਅਤੇ ਹੈਟ ਸਮੇਤ
ਉਸ ਪਾਰ ਜਾ ਕੇ ਵੇਖਾਂਗਾ ਆਪਣਾ ਹੱਥ
ਜਿਸ ਵਿੱਚੋਂ ਕਿਰ ਚੁੱਕੀ ਹੋਵੇਗੀ ਅਲਵਿਦਾ
ਮੈਂ ਕੱਜ ਲਵਾਂਗਾ ਇਸਦਾ ਖਾਲੀਪਨ
ਦੂਸਰੇ ਖਾਲੀ ਹੱਥ ਨਾਲ਼

ਹਾਂ ਸੱਚ......!
ਮੇਰੇ ਜਾਣ ਤੋਂ ਬਾਦ ਜੇ ਮੇਰੀ ਯਾਦ ਆਏ
ਤਾਂ ਜਾਦੂਗਰ ਵਾਂਗ ਉਸਨੂੰ ਉਡੀਕ ਬਣਾ ਕੇ
ਕੰਧ ਨਾਲ਼ ਲਾ ਦਈ
ਐਨ ਸਰਦਲ ਦੇ ਕੋਲ਼।।।

ਸ਼ੁਕਰ ਹੈ! ਆਪਾਂ ਇਕ ਦੂਏ ਨੂੰ ਪਿਆਰ ਨਹੀਂ ਕਰਦੇ

ਉਹ:
ਪਿਆਰ ਕੀ ਹੈ?
ਸੁਆਲ ਇਹ ਨਹੀਂ
ਕੀ ਪਿਆਰ ਹੈ?
ਇਹ ਮੇਰਾ ਸੁਆਲ ਨਹੀਂ
ਤੈਨੂੰ ਪਿਆਰ ਹੈ?
ਇਹ ਸੁਆਲ ਹੈ
ਤੈਨੂੰ ਸੱਚਾ ਪਿਆਰ ਹੈ?
ਇਹ ਮੇਰਾ ਸੁਆਲ ਹੈ

ਮੈਂ:
ਸੱਚਾ ਪਿਆਰ ਹੁੰਦਾ ਹੈ?
ਫਿਰ ਮਤਲਬ ਝੂਠਾ ਵੀ ਹੁੰਦਾ ਹੈ?
ਇੱਕ ਪਿਆਰ ਕਰਕੇ
ਕਈਆਂ ਮੈਨੂੰ ਨਫ਼ਰਤ ਕੀਤੀ
ਉਸੇ ਪਿਆਰ ਕਰਕੇ
ਮੈਂ ਕਈਆਂ ਨੂੰ ਨਫ਼ਰਤ ਕੀਤੀ

ਦੋਵੇਂ:
ਸੋ ਪਿਆਰ ਨਾਲ਼ ਪਿਆਰ ਘੱਟ
ਨਫ਼ਰਤ ਵੱਧ ਫੈਲਦੀ ਹੈ
ਸ਼ੁਕਰ ਐ ਰੱਬ ਦਾ ਆਪਾਂ

ਇਕ ਦੂਏ ਨੂੰ ਪਿਆਰ ਨਹੀਂ ਕਰਦੇ
ਤੇ ਸੁਣੋ ਜੰਗਜੂ ਆਸ਼ਕੋ!
ਜਿਸ ਵਿੱਚ ਸਭ ਜਾਇਜ਼ ਹੋਇਆ
ਉਹ ਆਪ ਕਿੰਵ ਜਾਇਜ਼ ਹੋਇਆ?

ਸ਼ਕਤੀਸ਼ਾਲੀ ਔਰਤ

ਤੁਸੀਂ ਆਪਣਾ ਸੋਚੋ
ਉਹ ਤਾਂ ਕਦੇ ਬੋਰ ਵੀ ਨਹੀਂ ਹੁੰਦੀ
ਉਸਦਾ ਤਾਂ ਸ਼ਵ ਆਸਣ ਵੀ ਜਾਣੀਂ ਨਿਰਤ ਮੁਦਰਾ ਹੈ
ਉਹਦੀ ਤਾਂ ਬੱਸ ਪਰਾਂਦੀ ਝੂਲਦੀ ਹੈ, ਜਾ ਤਾਂ ਤੁਸੀਂ ਰਹੇ ਹੁੰਦੇ ਓ
ਉਹ ਤਾਂ ਸੁੱਤੀ ਹੋਈ ਵੀ ਰੱਬ ਦੀ ਦੇਖ ਭਾਲ਼ ਕਰ ਰਹੀ ਹੁੰਦੀ ਹੈ
ਉਹ ਤਾਂ ਥੋੜੇ ਅੰਦਰ ਤਣ ਕੇ ਤੁਰਦੀ ਊਂ ਬਾਹਰ ਨਿਓਂਦੀ ਹੈ
ਉਹ ਤਾਂ ਤੁਸੀਂ ਹੀ ਮਾਰੀ ਹੈ ਪਰ ਫਿਰ ਵੀ ਜਿਓਂਦੀ ਹੈ
ਉਹ ਤਾਂ ਤੁਹਾਡਾ ਆਜੀਵਨ ਉਪਹਾਸ ਹੈ
ਉਹ ਤਾਂ ਕੀ ਬੋਰ ਹੋਵੇਗੀ
ਤੁਸੀਂ ਆਪਣਾ ਸੋਚੋ

ਔਰਤ ਦੇ ਤਿੰਨ ਬੰਦ

੧

ਵੇਖ!
ਤੇਰੇ 'ਚ ਨਿਰਮਲਤਾ ਹੈ
ਰੱਬ ਜਿੰਨੀਂ ਤਾਂ ਹੈ
-
ਏਹਨਾਂ ਗੱਲਾਂ 'ਚ ਮੈਂ ਬਿਲਕੁਲ ਝੂਠ ਨਹੀਂ ਬੋਲਦਾ

੨

ਤੇਰੇ ਵਿੱਚ ਤਾਰੇ ਸਨ
ਅੰਬਰ ਭਰ...!
ਏਨੇ ਕੁ ਤਾਂ ਪੱਕਾ ਸਨ
ਮੈਂ ਵੱਧ ਵੀ ਆਖ ਸਕਦਾ ਸੀ
ਸ਼ਾਇਦ ਵੇਖੇ ਹੀ ਏਨੇ ਕੁ ਗਏ
ਹੁਣ ਵੀ ਓਨੇ ਹੀ ਹਨ?

੩

ਮੈਂ ਤੇਰੇ ਕੋਲ
ਕਿਸੇ ਨਾਲ ਦੌੜ ਲਾਕੇ ਨਹੀਂ
ਮੜਕ ਨਾਲ ਆਉਣਾ ਸੀ
ਮੈਂ ਭੱਜਣ ਲਈ ਬਣਿਆ ਹੀ ਨਹੀਂ

ਓ ਸਾਦਾ ਜਹੀ ਔਰਤ

ਕਿੰਨੀ ਕੁ ਦੇਰ ਤੁਸੀਂ ਉਸਨੂੰ
ਏਨੀ ਖ਼ੂਬਸੂਰਤ, ਓਨੀ ਖ਼ੂਬਸੂਰਤ ਕਹਿ ਸਕਦੇ ਹੋ
ਅੱਕ ਵੀ ਜਾਓ ਹੁਣ
ਉਹ ਤਾਂ ਭਾਈ ਅੱਕੀ ਜਾਪਦੀ ਹੈ

ਕਦੇ ਜਾਇਜ਼ ਜਿਹਾ ਵੀ ਬੋਲੋ
ਸਚਮੁੱਚ ਉਹਦੇ ਬਾਹਰ ਤੇ
ਸਚਮੁੱਚ ਥੋੜੇ ਅੰਦਰ ਵਰਗਾ

ਉਹ ਵੀ ਜਾਣੇ, ਵੈਸੇ ਤਾਂ ਉਹ ਹੀ ਜਾਣੇ
ਤੁਹਾਡਾ ਮੁਲ, ਤੁਹਾਡੀਆਂ ਤੈਹਾਂ
ਤੁਹਾਡਾ ਲਾਵਾ, ਤੁਹਾਡੀ ਬਰਫ਼
ਸਾਰੇ ਲੁਕਵੇਂ ਲਸਣ, ਅੱਟਣ, ਦਾਗ, ਜ਼ਖਮ, ਮੌਅਕੇ, ਝਰੀਟਾਂ

ਸਮਾਂ ਹੈ, ਉਹਨੂੰ ਹੁਣ ਦੱਸ ਦਿਓ
ਕਿ ਉਹ ਕਿਸ ਨਾਲ ਰਹਿ ਰਹੀ ਹੈ
ਅਤੇ ਅੱਜ ਉਹਨੂੰ
"ਓ ਸਾਦਾ ਜਹੀ ਔਰਤ!"
ਕਹਿਕੇ ਬੁਲਾਓ

ਉਹ ਵੀ ਵੰਨਗੀ ਦੇ ਗੀਤ ਚਾਹੁੰਦੀ ਹੈ
ਘਸਿਆ ਰੈਕਰਡ ਨਹੀਂ
ਜੋ ਅਟਕ ਜਾਵੇ
ਖ਼ੂਬਸੂਰਤ...ਖ਼ੂਬਸੂਰਤ...ਖ਼ੂਬਸੂਰਤ...ਖ਼ੂਬਸੂਰਤ!

ਪਿਛਲੀ ਨਜ਼ਮ 'ਚੋਂ ਜਨਮੀ ਗ਼ਜ਼ਲ

ਮੇਰੇ ਤੋਂ ਕਿਓਂ ਜ਼ਖ਼ਮ ਝਰੀਟਾਂ ਦਾਗ ਲੁਕਾਵੇਂ
ਤੂੰ ਮਾਲੀ ਕੋਲੋਂ ਮੁਰਝਾਇਆ ਬਾਗ ਲੁਕਾਵੇਂ?

ਮੈਨੂੰ ਤਾਂ ਹੁਣ ਰੱਬ ਵੀ ਨੰਗਾ ਧੜੰਗਾ ਦਿਖਦੈ
ਤੂੰ ਭੋਲੀ ਇਕ ਸੂਫ਼ੀ ਤੋਂ ਵੈਰਾਗ ਲੁਕਾਵੇਂ?

ਜ਼ੁਲਫ਼ਾਂ ਓਹਲੇ ਬਾਰ ਬਾਰ ਨਮ ਛਿੰਮਣ ਟੋਹੇਂ
ਬਹਿ ਪੀੜਾਂ ਦੇ ਪੈੜੂ ਕੋਲ ਸੁਰਾਗ ਲੁਕਾਵੇਂ?

ਕਰ ਜ਼ਾਹਰ ਖੁਸ਼ ਸ਼ਕਲੀ ਇਹ ਬੱਸ ਏਨੇ ਜੋਗੇ
ਲਾਗੀ ਲੋਕਾਂ ਦਾ ਕਿਸ ਗੱਲੋਂ ਲਾਗ ਲੁਕਾਵੇਂ?

ਮੈਸੇਜ ਬੌਕ੍ਸ 'ਚ ਆਈ ਕਵਿਤਾ

ਤੂੰ
ਸਿਮਟ ਕੇ ਬੈਠਾ ਰਹਿਨਾਂ
ਦਾਲ਼-ਚੀਨੀ ਜਹੀ ਲੋਅ ਮਹਿਕਦੇ
ਮੌਨ ਕੈਫ਼ੇ ਵਿੱਚ
ਸਭ ਭੈਆਂ ਤੋਂ ਬਚਣ ਲਈ

ਹੋਰ ਕੁਝ ਨਹੀਂ
ਬੱਸ ਮੈਨੂੰ ਚੇਤੇ ਕਰਦਾ
ਮੇਰੇ ਮੈਸੇਜ 'ਚੋਂ ਮੈਨੂੰ ਪੜ੍ਹਦਾ

ਮੈਂ ਵੀ ਤੈਨੂੰ ਪੜ੍ਹ ਕੇ
ਗ਼ੁਲਾਬੀ ਜਹੀ ਹੋ ਜਾਂਨੀਂ ਆਂ
ਜਿੱਥੋਂ-ਜਿੱਥੋਂ ਤੈਨੂੰ ਪਸੰਦ ਹੈ, ਓਥੋਂ-ਓਥੋਂ
ਜਿੰਨੀਂ-ਜਿੰਨੀਂ ਤੈਨੂੰ ਪਸੰਦ ਹੈ, ਓਨੀਂ ਓਨੀਂ

ਐਂਟੀ- ਮਾਰਕਸਿਸਟ ਨਾਲ਼ ਲੰਚ

ਨਹੀਂ, ਇਹ ਵਾਈਨ ਲਾਲ ਸਿਆਹੀ ਵਰਗੀ ਨਹੀਂ।

-ਹੋਰ ਕਾਹਦੇ ਵਰਗੀ ਹੈ?

ਲਹੂ ਵਰਗੀ ਕਹਿਕੇ, ਉਹਦਾ ਰੰਗ ਫ਼ਕ ਹੋ ਜਾਂਦੈ

-ਲਹੂ ਤੇਰੇ ਲਈ ਤਲਖ਼ ਸ਼ਬਦ ਹੈ?

ਹੈ, ਪਰ ਅੱਜ ਮੈਂ ਸਾਰੇ ਸ਼ਬਦ ਕਹਿਣੇ ਨੇ
ਹੁਣ ਮੈਂ ਕਵੀ ਨਾਲ਼ ਜੁ ਹਾਂ
ਤੂੰ ਸਿਖਾ ਮੈਨੂੰ ਸਹਿਜ ਮਤੇ ਲਹੂ ਕਹਿਣਾ

-ਤੂੰ ਕਹਿ ਗਈ ਏਂ
ਚਲ ਹੁਣ ਵਾਈਨ ਪਾ ਲੈ

ਅੱਛਾ ਤੇਰੀਆਂ ਕਵਿਤਾਵਾਂ ਚ ਵੀ ਹੁੰਦੈ
ਉਹ ਮਿਥਿਕ ਸੋਸ਼ਲਿਜ਼ਮ?

-ਹਾ...ਹਾ
ਤੂੰ ਕੰਮ ਕਰਦੀ ਹੈਂ?

ਨਹੀਂ, 6 ਸਾਲ ਹੋ ਗਏ, ਪੋਰਟ ਹੀ ਬੰਦ ਹੈ।

-ਘਰ ਹੈ?

ਹਾਂ ਸਰਕਾਰੀ ਹੈ।

-ਆਮਦਨ?

ਵੈਲਫ਼ੇਅਰ।

ਅਜੇ ਸੋਸ਼ਲਿਜ਼ਮ ਮਿਥਿਕ ਹੈ?

ਹਾ ਹਾ ਤੈਨੂੰ ਕਹਿਣਾ ਆਉਂਦਾ
ਚਲ ਫਿਰ ਹੁਣ ਕੁਝ ਖਾ ਨਾ ਲਈਏ?

ਕੰਸੈਂਟ੍ਰੇਸ਼ਨ ਕੈਂਪ

ਲੈ ਗੈਸ ਚੈਂਬਰ ਕੀ ਹੁੰਦੈ?
ਆਓ! ਮੈਂ ਆਪਣਾ ਬੈਡ ਰੂਮ ਵਿਖਾਵਾਂ

ਉਹ ਮੈਨੂੰ ਕਤਲ ਕਰਕੇ
ਗਰਮੀਆਂ ਗਰਮੀਆਂ
ਸਫੈਦ, ਅਸਮਾਨੀ, ਬਦਾਮੀ...... ਲਿਨਨ 'ਚ ਦਫ਼ਨ ਕਰਦਾ ਹੈ

ਸਰਦੀਆਂ ਸਰਦੀਆਂ
ਉਨਾਭੀ, ਨੇਵੀ, ਚੌਕਲੇਟੀ.... ਸ਼ਨੀਲ 'ਚ

ਓਸੇ ਹੱਥੋਂ ਜੁ ਮਰਨਾ ਹੁੰਦੈ
ਤੇ ਹੁਣ ਮੈਂ ਚਲਾਕ ਹੋ ਗਈ ਹਾਂ

ਰੋਜ਼ ਨਵੀਂ ਤਰਾਂ ਮਰਦੀ ਆਂ, ਪਤਾ?
ਤੇ ਰੋਜ਼ ਸਵੇਰੇ ਨਵਾਂ ਜਨਮ ਲੈਂਦੀ ਆਂ
ਡਰ ਡਰ ਜਿਉਂਨੀ ਆਂ,

ਜਿਉਂਨੀ ਆਂ?
ਨਹੀਂ ਬੱਸ ਡਰਦੀ ਆਂ

ਅੱਜ ਫਿਰ ਸ਼ਾਮ ਹੋਏਗੀ,
ਫਿਰ ਰਾਤ ਵੀ

ਪਹਿਲਾਂ ਉਹ ਮੇਰੀ ਅੱਗ ਤੋਂ ਰਤਾ ਕੁ ਡਰੇਗਾ
ਫਿਰ ਥੋੜ੍ਹਾ ਕੁ ਮਰਦ ਬਣੇਗਾ

ਤੇ ਫਿਰ ਬਣਦਾ ਹੀ ਜਾਏਗਾ
ਅਖ਼ਰ ਉਹ ਮੈਨੂੰ
ਦਫ਼ਨ ਕਰਕੇ
ਠਰੇਗਾ, ਹੀਟ ਵਧਾਏਗਾ
ਪਰ ਠਰਦਾ ਹੀ ਜਾਏਗਾ

ਮੈਂ ਸੇਕ ਤੋਂ ਅੱਗ ਬਣਾਂਗੀ
ਮੈਂ ਆਪਣੀ ਅੱਗ ਵਿੱਚ ਚਾਂਈਂ ਚਾਂਈਂ ਸੜਾਂਗੀ
ਸਵੇਰੇ ਜਾਗਾਂਗੀ।ਜੰਮਾਂਗੀ? ਜਾਗਾਂਗੀ। ਜੰਮਾਂਗੀ?

ਜਾਗਾਂਗੀ। ਜਾਗਾਂਗੀ!

ਤੇਰੀ ਗੁਰੂਤਾ

ਮੈਂ ਨਿਰੰਤਰ ਡਿੱਗ ਰਿਹਾਂ

ਮੇਰੇ ਖਲਾਅ
-ਅਨੰਤ ਨੇ
ਤਨਹਾਈ ਬਾਦ ਘੋਰ ਉਦਾਸੀ ਬਾਦ.....

-ਦੀਰਘ ਨੇ
ਸਾਲਾਂ ਬਾਅਦ ਦਹਾਕਿਆਂ ਬਾਦ.....

ਹੁਣ ਤਾਂ ਮੈਂ ਸਹਿਮ ਗਿਆਂ
ਤੇ ਡਿੱਗਣ ਵਿੱਚ ਕਾਂਬਾ ਵੀ ਸ਼ਾਮਲ ਹੋਇਐ
ਥੋੜ੍ਹੀ ਦੇਰ ਲਈ ਧਰਤੀ ਬਣ ਜਾ
ਜੋ ਤੂੰ ਅੱਖਾਂ ਨਾਲ਼ ਹੀ ਖਿੱਚ ਲਈ ਸੀ

ਤੈਨੂੰ ਕੀ ਕੀ ਕਿਹਾ, ਭਲਾ?

ਤੈਨੂੰ ਨਹੀਂ ਪਤਾ
ਤੇਰਾ ਹਰ ਹਾਵ ਭਾਵ
ਅਧਿਐਨ ਮੰਗਦਾ ਸੀ
ਮੈਂ ਚੁੰਮਣ ਰੋਕ ਲਏ

ਉਸ ਭੀੜ ਦੀ ਇਕ ਰਵਾਇਤ ਹਾਬੜ ਗਈ ,
ਕੱਜਲ, ਸੁਰਖੀ, ਮਹਿੰਦੀ, ਜ਼ੇਵਰ
ਸ਼ਰਾਰਤਾਂ ਜਹੇ .....ਸ਼ਗਨ ਹੋਏ
ਹਾਵ ਭਾਵਾਂ ਦੀ ਅੰਨ੍ਹੀ ਖ਼ਪਤ ਹੋਈ
ਕਈ ਵਿਚਾਰੇ ਜ਼ਿੰਦਾ ਦਫ਼ਨ ਹੋਏ

ਮੈਨੂੰ ਉਹਨਾਂ ਕਿਤਾਬੀ ਕਿਹਾ
ਤੈਨੂੰ ਕੀ ਕਿਹਾ, ਭਲਾ!

ਉਸ ਮਗਰੋਂ ਮੈਂ ਆਪਣੀ ਜਗਿਆਸਾ ਤੋਂ ਡਰ ਗਿਆ
ਓਸੇ ਪਲ ਖਰੂਦ ਨਾਲ਼ ਭਰ ਗਿਆ
ਤੇ ਸਾਰੀ ਉਮਰ
ਤੈਨੂੰ ਜਾਂਦੀ ਨੂੰ ਵੇਖਦਾ ਰਿਹਾ

ਸ਼ਰਾਬ ਨੇ ਸੈਲਾਬ ਪੈਦਾ ਕੀਤੇ
ਸਿਗਰਟ ਨੇ ਅਗਜ਼ਨੀ ਕੀਤੀ
ਭੀੜ ਨੇ ਮੇਰਾ ਅਧਿਐਨ ਕੀਤਾ

ਉਹਨਾਂ ਮੈਨੂੰ ਸ਼ਰਾਬੀ ਕਿਹਾ
ਤੈਨੂੰ ਕੀ ਕੀ ਕਿਹਾ, ਭਲਾ!

ਹੈਰਾਨ ਸ਼ਹਿਜ਼ਾਦੀ

ਸ਼ਹਿਜ਼ਾਦੈ ਉਹ: ਵਗਦੀ ਕੂਲ੍ਹ ਪਾਰ
ਝੂਲਾ ਪੁਲ਼ ਜਾਂਦੈ: ਓਸ ਪਹਾੜੀ ਤੀਕ
ਸਾਲਮ ਘਰ 'ਚ ਕੱਲ੍ਹਾ: ਕੀ ਕਰਦਾ ਹੋਊ
ਚੰਗਾ ਲਗਦੈ: ਉਹਦੇ ਬੂਹਿਉਂ ਪਾਰ ਸੋਚਣਾ
--
ਸਟੱਡੀ ਲੋਨ ਲਈ ਪੈਨੀ ਪੈਨੀ ਬਚਾਉਂਦੀ
ਸੂਪ, ਸੈਂਡਵਿਚ, ਸੀਰੀਅਲ ਖਾਣੀ ਮੈਂ
ਇਕੋ ਘਰ : ਫੁਕਰੀ ਮੇਗਨ ਨਾਲ਼
ਨੇ ਪਰੀਵਿਸੀ: ਤੂੰ ਤੂੰ ਮੈਂ ਮੈਂ
--
ਸੰਗਾਊ: ਪਰ ਲੰਬਾ ਚੰਗਾ
ਮੈਂ ਸ਼ੈਲਫ਼ ਖਾਲੀ ਕਰਨ ਲਈ ਸੱਦੂੰ
ਬਟਰ ਚਿਕਨ ਖਾ ਕੇ ਵੀ: ਰਤਾ ਨੀ ਮੋਟਾ
ਹੀਂ ਹੀਂ
--
ਮੇਗਨ ਕਹਿੰਦੀ: ਇਹ ਗੋਰੀਆਂ ਤੇ ਮਰਦੇ ਆ
ਇਹ ਤੇ ਓਵੇਂ ਨੀ ਵੇਖਦਾ ਕਿਸੇ ਨੂੰ
ਕਿੰਨਾ ਟੋਕਦੀਆਂ: ਹਲਕਾ ਐਕਸੈਂਟ ਹੀ ਹੈ
ਪਰ ਆਰਟੀਕੁਲੇਸ਼ਨ: ਕੱਮਾਲ...
--
ਕੱਪ ਜੂਠਾ ਕਰ ਦਿੰਦੀਆਂ ਵਿਚਾਰੇ ਦਾ
ਰੇਸਿਸਟ ਜਹੀਆਂ...ਮੈਂ ਤੇ ਹੁਣ ਦੱਸ ਦੇਣਾ
--
ਐੱਜ ਕਿੰਨਾ ਚੰਗਾ ਲੱਗਾ: ਉਹਨੂੰ ਫਿਸ਼ਿੰਗ ਸਿਖਾਉਣਾ

ਡਰਾਕਲ਼: ਮੱਛੀ ਵੀ ਨੀ ਕਾਬੂ ਕਰ ਸਕਿਆ
ਮੈਂ ਵੀ ਮੱਛੀ ਆਂ: ਗੁਲਾਬੀ ਜਹੀ
--
ਓ...ਓਓਓ! ਵੇਖ ਰਿਹੈ: ਤੇ ਮੈਂ ਲਾਲ ਹੋਈ ਪਈ ਆਂ
ਮੂੰਹ ਲਕੋ ਲਾਂ
--

ਔਅਅ ਕਿੰਨਾ ਸਾਫ਼ ਘਰ!
ਖੁੱਲ੍ਹੇ ਦਿਲੈ: ਡਿਨਰ ਲਈ ਰੋਕ ਹੀ ਲਿਆ
ਵਾਈਨ ਦਾ ਮਾਹਰ: ਬਟਰ ਚਿਕਨ
ਸੁੰਘ ਰਹੀ ਆਂ: ਹਰ ਸੁਹਜ ਨਸ਼ੀਲਾ
--
ਪਲੀਟਿਡ ਪੈਂਟ੍ਸ: ਆਇਰਨਡ ਟਾਈਜ਼
ਕਵਿਤਾ ਦੀਆਂ ਕਿਤਾਬਾਂ: ਖੁੱਲ੍ਹੀ ਪਈ ਸਿਲਵੀਆ ਪਲੈਥ
ਮਹਿਕਦਾ ਬੈੱਡਰੂਮ: ਮਰ ਗਈ ਮੈਂ

ਇਹ ਹੈ ਲਾਈਫ਼ ਸਟਾਇਲ
ਤੇ ਇਹ ਫਿਰ ਵੀ ਰੇਸਿਸਟ ਨਹੀਂ
ਨਹੀਂ ਬਿਲਕੁਲ ਵੀ ਨਹੀਂ

ਇਜਾਜ਼ਤ

ਕੀ ਤੇਰੇ ਸੀਨੇ 'ਤੇ ਧਰੂ ਰੱਖ ਲਾਂ
ਤੇ ਇਓਂ ਚਾਨਣ ਦੀ ਆਬਰੂ ਰੱਖ ਲਾਂ?

ਟੁੱਟੇ ਤੀਰਾਂ ਤੋਂ ਕੰਮ ਮੈਂ ਲੈਣਾ
ਯੁਗਾਂ ਦਾ ਦੰਭ ਰੂ-ਬ-ਰੂ ਰੱਖ ਲਾਂ?

ਮੇਰੇ ਬੁੱਲ੍ਹਾਂ ਨੂੰ ਦਏਂ ਸੁਬਕ ਸੈਨਤ
ਤਾਂ ਮੈਂ ਅੱਜ ਕਲਮ ਸੁਰਖਰੂ ਰੱਖ ਲਾਂ?

ਹਾਲੀਂ ਹੱਥਾਂ 'ਚ ਤੇਰੀ ਕਾਇਆ ਹੈ
ਤਾਂ ਮੈਂ ਫਿਰ ਕਾਲਜਾ ਡਰੂ ਰੱਖ ਲਾਂ?

ਵੇਖੋ!

ਵੇਖੋ, ਮੈਂ ਖ਼ੁਸ਼-ਨਕਸ਼ ਤੇ ਬਹੁਤ ਆਂ!
ਜਦ ਜੀ ਚਾਹੇ ਓਦੋਂ ਈ ਤੋਰ ਭੁਜੰਗੀ ਹੋ ਜਾਏ ਮੇਰੀ
ਬੂਹਿਓਂ ਅੰਦਰ ਰੂਪ ਦਾ ਗੁਣ ਤਾਂ ਪੈਣਾ ਈ ਪੈਣਾ
ਗਲੀ ਬਜ਼ਾਰੇ ਵੀ ਪਰਤੀਤੀ ਚੰਗੀ ਹੋ ਜਾਏ ਮੇਰੀ
ਵੇਖੋ, ਮੈਂ ਖ਼ੁਸ਼-ਨਕਸ਼ ਤੇ ਬਹੁਤ ਆਂ!

ਸੁਪਨੇ ਲਈ ਤਾਂ ਜਦ-ਕਦ ਅੱਖ ਉਮੰਗੀ ਹੋ ਜਾਏ ਮੇਰੀ
ਆਪਣੇ ਈ ਪੋਟੇ ਅਚਨਚੇਤ ਛੋਹ ਜਾਣ ਜੇ ਮੈਨੂੰ
ਪੋਰੇ ਵਰਗੀ ਖਾਲੀ ਦੇਹ ਸਾਰੰਗੀ ਹੋ ਜਾਏ ਮੇਰੀ
ਵੇਖੋ ਮੈਂ ਖ਼ੁਸ਼-ਨਕਸ਼ ਤੇ ਬਹੁਤ ਆਂ!

ਤੀਏ ਪਹਿਰ ਤੋਂ ਵਿਹੜਾ ਤੰਗ ਹੋਵਣ ਲਗਦਾ ਏ
ਸਾਹ ਠੰਢੇ 'ਤੇ ਧੜਕਣ ਵੀ ਬੇਢੰਗੀ ਹੋ ਜਾਏ ਮੇਰੀ
ਪਤਾ ਨੀਂ ਹਿੱਕ ਵਿੱਚ ਕਿਹੜਾ ਤੰਗ ਹੋਵਣ ਲਗਦਾ ਏ
ਬੈਠੇ ਬੈਠੇ ਚਮੜੀ ਘੁੱਗੀ ਰੰਗੀ ਹੋ ਜਾਏ ਮੇਰੀ
ਵੇਖੋ ਮੈਂ ਖ਼ੁਸ਼-ਨਕਸ਼ ਤੇ ਬਹੁਤ ਆਂ!

ਤੂੰ ਮੈਨੂੰ ਚੁੰਮਣਾ ਚਾਹੁੰਦੀ ਹੈਂ

ਮੇਜ਼ ਲੋੜ ਤੋਂ ਵੱਡਾ ਹੈ
ਤੇਰਾ ਹੱਥ ਏਨਾ ਦੂਰ ਕਿਓਂ ਹੈ
ਤੇਰੀ ਆਵਾਜ਼ ਤਾਂ ਕਿੰਨੀ ਮਾਦਕ ਹੈ
ਬੋਲ ਤੂੰ ਸਲਾਦ ਬਾਰੇ ਰਹੀ ਹੈਂ
ਤੇਰੀ ਧੜਕਣ ਮੈਨੂੰ ਸੁਣਾਈ ਦੇ ਗਈ
ਤੇਰਾ ਚੇਹਰਾ ਝੂਠ ਮਾਰਕੇ ਅੱਕ ਗਿਐ
ਤੇਰੀਆਂ ਅੱਖਾਂ ਸਿੱਲ੍ਹੀਆਂ ਹੋ ਰਹੀਆਂ ਹਨ
ਤੂੰ ਮੈਨੂੰ ਚੁੰਮਣਾ ਚਾਹੁੰਦੀ ਹੈਂ
ਤੇਰੀਆਂ ਅੱਖਾਂ ਸਿੱਲ੍ਹੀਆਂ ਹੋ ਰਹੀਆਂ ਹਨ
ਤੇਰਾ ਚੇਹਰਾ ਝੂਠ ਮਾਰਕੇ ਅੱਕ ਗਿਐ
ਤੇਰੀ ਧੜਕਣ ਮੈਨੂੰ ਸੁਣਾਈ ਦੇ ਗਈ
ਬੋਲ ਤੂੰ ਸਲਾਦ ਬਾਰੇ ਰਹੀ ਹੈਂ
ਤੇਰੀ ਆਵਾਜ਼ ਤਾਂ ਕਿੰਨੀ ਮਾਦਕ ਹੈ
ਤੇਰਾ ਹੱਥ ਏਨਾ ਦੂਰ ਕਿਓਂ ਹੈ
ਮੇਜ਼ ਲੋੜ ਤੋਂ ਵੱਡਾ ਹੈ

ਸ਼ਾਂਅ- ਸ਼ਾਂਅ

ਵਾਲ਼ ਪਰ੍ਹੇ ਕਰ....
ਆਹ ਕੰਨ ਕੋਲ਼ ਦਾਗ਼ ਕਾਹਦਾ
"ਉਸਦੀ ਕਲੀਨ ਸ਼ੇਵ ਤੋਂ ਤਿਲਕ ਗਈ ਸਾਂ।
ਗਰੂਮਡ ਮਰਦ.....
ਪਤੈ ਕਿੰਨੇ ਹਿੰਸਕ ਹੁੰਦੇ ਆ?"

ਐਤਕੀਂ ਸੁੜ੍ਹਾਕਾ ਨਹੀਂ ਸੁਣਿਆ
ਉਸ ਘੁੱਟ ਹੀ ਭਾਫ਼ ਦੀ ਭਰੀ ਸੀ
" ਤੇਰੀ ਤਾਂ ਦਾੜ੍ਹੀ 'ਚੋਂ ਨਿਕਲਣ ਨੂੰ ਈ....
ਪਤੈ ਅੱਧਾ ਘੰਟਾ ਲਗਦਾ ਮੈਨੂੰ।

ਤੇਰੀਆਂ ਬੇਚੈਨ ਅੱਖਾਂ।
ਤੇ ਫਿਰ ਮੈਂ ਤਿਊੜੀਆਂ 'ਚ ਔਖੜ ਜਾਨੀ ਆਂ।
ਪੂਰਾ ਸੂਰਾ ਅਧਿਐਨ ਹੈ ਤੈਨੂੰ ਮਿਲਣਾ।"
ਉਹ ਕੌਫ਼ੀ ਦੇ ਪਰਮ ਆਨੰਦ ਵਿੱਚ ਸੀ
ਉਸ ਦੀ ਝੋਲ਼ੀ ਵਿੱਚ ਤਿਕੋਣ ਬਣ ਰਹੀ ਸੀ।
ਮੇਰੇ ਸੁਹਜ ਵਿੱਚ ਡਾਡਾਇਜ਼ਮ ਜਾਗ ਰਿਹਾ ਸੀ
ਜੰਗਲ਼ ਹਰਕਤ 'ਚ ਹੀ ਰਹਿੰਦੈ
ਗੰਧ ਜਹੀ ਮੁੱਕਦੀ ਹੀ ਨਹੀਂ
ਨਾਂ ਇਹ ਸ਼ਾਂ ਸ਼ਾਂ

ਤੂੰ ਬੱਸ ਰਹਿਣ ਹੀ ਦੇਹ

ਹੋਰਾਂ ਦਾ ਨਹੀਂ ਪਤਾ
ਜਦ ਤੂੰ ਦਿਲਾਸਾ ਦਿੰਦੀ ਏਂ
ਮੈਂ ਸਗੋਂ ਉਦਾਸ ਹੋ ਜਾਨਾਂ

ਜਦ ਜਿੱਥੇ ਤੂੰ ਹੈਂ
ਓਹ ਥਾਂ ਹੀ ਤੇਰੀ ਨਹੀਂ
ਓ ਜਿੱਥੇ ਤੈਥੋਂ ਸ਼ੀਸ਼ਾ ਨਹੀਂ ਵੇਖ ਹੁੰਦਾ
ਓ ਜਿੱਥੇ ਤੈਥੋਂ ਸੁਪਨਾ ਨਹੀਂ ਵੇਖ ਹੁੰਦਾ
ਓਥੋਂ ਤੂੰ ਮੇਰਾ ਦਿਲ ਧਰਾਏਂਗੀ?

ਓ ਜਿੱਥੇ ਤੈਥੋਂ ਮੇਰੇ ਬਾਰੇ ਨਹੀਂ ਸੋਚ ਹੁੰਦਾ
ਓ ਜਿੱਥੇ ਤੈਥੋਂ ਆਪਣੇ.....
ਤੂੰ ਬੱਸ ਰਹਿਣ ਹੀ ਦੇਹ!!

ਮਵੀਂ ਓਹੋ ਜਹੀ ਥਾਓਂ ਆਇਆਂ
ਮੈਨੂੰ ਵੀ ਬੜਾ ਠੋਸ ਜਹੇ ਹੋਣਾ ਪੈਂਦਾ ਸੀ
ਓਥੇ ਤਰਲਤਾ ਪਤੈ?
ਘੱਟ ਮਰਦ ਹੋਣਾ ਹੁੰਦੈ

ਮਵੀਂ ਫਿਰ ਆਪਣਾ ਤੰਤੂ-ਤੰਤਰ ਇੰਜ ਈ ਉਣ ਲਿਆ
ਤੇ ਆਪਣਾ ਤਰਲ ਹੋਣਾ ਔਖਾ ਕਰ ਲਿਆ

ਪਰ ਫਿਰ ਮੈਂ ਤੇਰੇ ਵਾਂਗ
ਮਹਿਸੂਸ ਨਹੀਂ ਸੀ ਕਰ ਸਕਦਾ
ਆਪਣੇ ਆਪ ਨੂੰ
ਆਪੇ ਨਾਲ ਹੀ ਨਹੀਂ ਸੀ ਘੁੱਟ ਸਕਦਾ

ਪਤਾ ਹੈ ਮੈਨੂੰ, ਓਥੇ ਇੰਜ ਹੀ ਹੁੰਦੈ
ਤੇ ਮਵੀਂ ਫਿਰ
ਇੰਜ ਹੋਣ ਨਹੀਂ ਦੇ ਸਕਦਾ
ਹੁਣ.......ਹੁਣ ਮੈਨੂੰ ਦਿਲਾਸਾ ਨੀ ਚਾਹੀਦਾ
ਤੈਥੋਂ ਤਾਂ ਬਿਲਕੁਲ ਨਹੀਂ

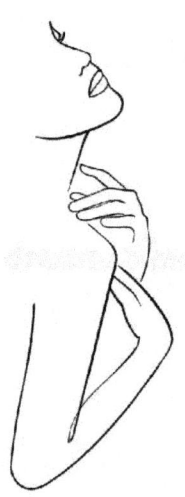

ਸਾਲਾ ਪਿਆਰ

ਮੈਂ ਕੋਲੋਂ ਜਾ ਰਿਹਾ ਹੁੰਦਾ ਸਾਂ
ਨਾਲ਼ੇ ਨਾਲ਼
ਉਸਦੀਆਂ ਅੱਖਾਂ ਵੀ ਖੁੱਲ਼ਦੀਆਂ ਜਾਂਦੀਆਂ
ਦਰਵਾਜ਼ਿਆਂ ਵਾਂਗ
--
"ਬਰਫ਼ਾਨੀ ਰੁੱਤ 'ਚ
ਮਲੱਠੀ ਵਾਲ਼ੀ ਚਾਹ
ਤੇਰੇ 'ਚ ਘੁਸੜ ਕੇ ਪੀਣੀ
ਏਨਾ ਕੁ ਚਾਹੁੰਦੀ ਸਾਂ ਮੈ ਤਾਂ ਬੱਸ"
"ਏਨੀ ਨਿੱਕੀ ਵੀ ਨਹੀਂ ਤੂੰ .."
--
ਦਰਅਸਲ
ਪਿਆਰ 'ਚ ਮੈਂ ਉਹਨੂੰ ਬਹੁਤ
ਵੱਡੀ ਕਰ ਲਿਆ ਹੈ
ਪਿਆਰ ਤੋਂ ਵੀ

ਮੁਟਿਆਰ ਦਾ ਗੀਤ

ਰੱਜ ਰੱਜ ਮਾਣਾਂ ਅੱਜ ਵਸਲਾਂ ਦਾ
ਕੱਲ੍ਹ ਦੇ ਵਾਦੇ ਕੀ ਕਰਨੇ
ਅੰਗ-ਅੰਗ ਪਹਿਨਾਂ ਛੋਹ ਸੱਜਣਾਂ ਦੀ
ਟੂਮ-ਤਗਾਦੇ ਕੀ ਕਰਨੇ

ਕਿੰਵ ਤੈਨੂੰ ਸਮਝਾਵਾਂ ਮਾਏ
ਮਣ-ਮਣ ਮੈਨੂੰ ਸੰਗ ਆਏ
ਪਿੱਪਲ ਬਰੋਟੇ ਬਾਗ਼ ਤੇਰੇ ਦੇ
ਪੀਂਘ ਮੇਰੀ ਤੋਂ ਤੰਗ ਆਏ

ਪੱਤ ਝੜਿਆਂ ਤੋਂ ਬਿਰਛਾਂ ਬੁੱਲੇ
ਤੇਜ਼ ਹਵਾ ਦੇ ਕੀ ਕਰਨੇ
ਅੰਗ-ਅੰਗ ਪਹਿਨਾਂ ਛੋਹ ਸੱਜਣਾਂ ਦੀ
ਟੂਮ-ਤਗਾਦੇ ਕੀ ਕਰਨੇ

ਜਾਗ ਮਨਾਂ ਉੱਠ ਓੜ ਉਡੀਕਾਂ
ਰਾਹ ਵਿੱਚ ਸਜ ਦਿਲਦਾਰਾਂ ਦੇ
ਸੁੱਤਿਆਂ ਸਰਦਲ ਅੱਗਿਓਂ ਜੇਕਰ
ਊਠ ਗੁਜ਼ਰ ਗਏ ਯਾਰਾਂ ਦੇ

ਰਾਹਾਂ ਅੰਦਰ ਵਿਛ ਜਾਵਣ ਦੇ
ਫੇਰ ਇਰਾਦੇ ਕੀ ਕਰਨੇ

ਅੰਗ-ਅੰਗ ਪਹਿਨਾਂ ਛੋਹ ਸੱਜਣਾਂ ਦੀ

ਟੂਮ-ਤਗਾਦੇ ਕੀ ਕਰਨੇ

ਮੇਰੇ ਸੂਹੇ ਹੋਠਾਂ 'ਤੇ
ਖ਼ਾਮੋਸ਼ ਜਿਹਾ ਤਰਸੇਵਾਂ ਵੇ
ਜੀ ਕਰਦੈ ਅੱਜ ਸ਼ਗਨਾਂ ਦੇ ਸਭ
ਗੀਤ ਸੁਣਾ ਹੀ ਦੇਵਾਂ ਵੇ

ਪਰ ਦਿਲ ਦੀ ਗੱਲ਼ ਆਖਣ ਵੇਲ਼ੇ
ਬੋਲ ਜ਼ਿਆਦੇ ਕੀ ਕਰਨੇ
ਅੰਗ-ਅੰਗ ਪਹਿਨਾਂ ਛੋਹ ਸੱਜਣਾਂ ਦੀ
ਟੂਮ ਤਗਾਦੇ ਕੀ ਕਰਨੇ

www.ingramcontent.com/pod-product-compliance
Lightning Source LLC
Chambersburg PA
CBHW071216120626
46546CB00006B/2597